Minh họa: Đỗ Hoàng Tường

BIỂU GHI BIÊN MỤC TRƯỚC XUẤT BẢN DO THƯ VIỆN KHTH TP.HCM THỰC HIỆN
General Sciences Library Cataloging-in-Publication Data

Nguyễn Nhật Ánh, 1955-

   Thương nhớ Trà Long: tạp văn / Nguyễn Nhật Ánh; Đỗ Hoàng Tường minh họa. - T.P. Hồ Chí Minh: Trẻ, 2014.
   212 tr. ; 20 cm.

   1. Văn xuôi Việt Nam -- Thế kỷ 21. 2. Văn học Việt Nam -- Thế kỷ 21. 3. Quảng Nam (Việt Nam) -- Đời sống xã hội và tập quán -- Tiểu thuyết.
   1. Prose literature, Vietnamese -- 21st century. 2. Vietnamese literature -- 21st century. 3. Quảng Nam (Vietnam) -- Social life and customs -- Fiction.

895.9228084 -- ddc 23
N573-A60

ISBN 978-604-1-05690-9
Thương nhớ trà long

nguyễn nhật ánh

thương nhớ
Trà Long

tạp văn

NHÀ XUẤT BẢN TRẺ

Mười năm phố xá
Quên đường về quê
Chỉ trong giấc ngủ
Tình anh theo về...

N.N.A

hồi nhỏ ăn bánh ú

1 Có lẽ bất cứ đứa bé miền Trung nào cũng biết cái bánh ú. Trong các loại bánh gói lá, ngoài bánh ú thôn quê Quảng Nam còn có bánh tét, bánh ít lá gai, bánh ít trắng nhưng bánh ú là loại bánh phổ biến nhất.

Bánh tét chỉ xuất hiện những ngày Tết, bánh ít lá gai và bánh ít trắng hồi nhỏ tôi ít có dịp "tiếp xúc", chỉ được ăn trong các dịp cưới hỏi, giỗ ky hoặc khách ở xa đem biếu khi đến chơi nhà.

Chỉ có bánh ú là tôi nhìn thấy quanh năm trên các thúng mủng ngoài chợ hoặc treo lủng lẳng từng chùm dăm, bảy cái trên cây sào tre vắt ngang cửa những tiệm tạp hóa nhỏ dọc đường làng. Gọi là tiệm tạp hóa, thực ra đó chỉ là những túp lều tranh đơn sơ, chỉ treo trên sào chùm bánh ú, vài nải chuối và bày trên chiếc giá đỡ mộc mạc vài chai nước tương, dầu phộng, rổ trứng, rổ khoai lang, khoai mì luộc cùng dăm hũ bánh kẹo xanh xanh đỏ đỏ.

Đó là những quán nghèo ở thôn quê. So với các tiệm bánh kẹo bề thế lộng lẫy ở thành phố, những cái quán mái tranh vách lá quen thuộc của tuổi thơ tôi nom giống như những người họ hàng quanh năm túng thiếu. Thế nhưng đó là nơi chốn cực kỳ hấp dẫn trẻ con chúng tôi.

2 Tôi nhớ hồi học cấp một, sáng nào được mẹ cho tiền, mấy anh em tôi lập tức nôn nao chạy vù ra cái quán nhỏ nằm ngay ngã ba xuống chợ để mua bánh ú. Mỗi đứa cầm tờ giấy bạc vừa được phát tranh nhau chạy. Chẳng đứa nào chịu nhờ đứa nào mua giùm, chỉ háo hức muốn tự tay mình chìa tờ giấy bạc ra trước mặt bà hàng, sung sướng nói như reo "Bà bán cho con cái bánh ú",

rồi môi giần giật, tay run run đón lấy cái bánh, mắt ngời lên niềm hạnh phúc vô biên.

Có đứa đểnh đoảng, tay cầm không chặt, cắm đầu cắm cổ chạy đến nơi phát hiện tờ bạc rơi mất dọc đường từ hồi nào, hốt hoảng chạy ngược trở lại tìm. Tìm không thấy liền òa ra khóc. Năm, sáu đứa khác tội nghiệp, mỗi đứa chìa cái bánh của mình cho đứa bỗng chốc thành kẻ trắng tay kia cắn một miếng cho đỡ thèm. Thôn quê thuở xưa nhà nào cũng đông con. Nên cắn một vòng tính ra cũng gần như ăn được nguyên cái bánh. Chỉ có điều không đứa nào cho đứa kia đụng vô cục nhưn đậu xanh nằm chính giữa.

3 Bánh ú làm bằng gạo nếp, có hình bốn góc. Khi gói bánh, xếp chồng ba, bốn miếng lá chuối quấn thành hình loa kèn, cho nếp và nhưn vào, thổ nhẹ cho tất cả xuống đều rồi xếp lá cạnh đáy lại đan vào nhau cho thật kín, sau đó dùng dây ràng theo hình chữ thập cho chặt. Cuối cùng, xâu lại thành từng chùm chín, mười cái trước khi nấu. Bánh ú miền Nam thường cột bằng dây ni-lông hay dây gai, cột vừa tay nên cái bánh có hình tháp. Bánh ú miền Trung nhỏ hơn, cột bằng dây lạt, thường thít chặt, cái bánh nhìn tựa tựa ngôi sao bốn cánh.

Về nhưn, bánh ú miền Trung và bánh ú miền Nam cũng khác. Bánh ú quê tôi chỉ có nhưn đậu xanh. Bánh ú miền Nam có thêm thịt, mỡ, nước dừa, đậu đỏ, khi cao hứng cải biên có thể thêm vào bất cứ thứ gì khoái khẩu: trứng, tôm khô, lạp xưởng...

Vì lý do đó, cục nhưn đậu xanh trở thành thứ quý giá, thứ ngon nhất trong cái bánh ú của trẻ con quê tôi. Ăn bánh ú, nhiều đứa thích ăn vòng quanh các góc nhọn trước, chừa cục nhưn lại ăn sau cùng, đồng thời có dịp chìa thứ quý giá đó vào mắt những đứa lỡ ăn xong trước để chọc cho đối phương thèm. Cái trò chọc tức đó đứa nào cũng thích, nhưng cố bắt mình ăn nhín lại trong khi miệng đang thèm bụng đang đói không phải đứa trẻ nào cũng làm được.

Cục nhưn quan trọng như vậy nên ngay cả khi "làm từ thiện" cho đứa rơi tiền khốn khổ, mấy đứa anh đứa em tay chìa bánh, miệng vẫn không quên nhắc chằm chặp "Chỉ được cắn cái góc thôi nhé!". Có đứa cẩn thận khum bàn tay che kín cái bánh, chỉ chừa cái góc nhọn ra ngoài. Nạn nhân tội nghiệp có khi thèm quá, cố ngoạm sâu hơn, cắn cả vào tay đứa kia khiến thằng này thét be be "Aaaaaa... Đồ tồi. Mai mốt tao không cho mày ăn nữa".

4 Cũng như bánh ít, bánh tét, bánh nổ, bánh nện ở Quảng Nam - bánh ú, một tên gọi thật nôm na. Có nhiều loại bánh được các bậc cha mẹ dùng đặt tên con như bánh cam, bánh phục linh, bánh bông lan. Nhưng bánh ú thì tuyệt nhiên không ai đủ can đảm gán tên cho con mình, nhất là con gái nếu không muốn lớn lên đứa con sẽ lằm bằm oán trách.

Thế nhưng, bánh ú với hình dáng đặc biệt của mình lại được dùng để gán tên cho nhiều thứ khác, chẳng hạn như lồng đèn bánh ú. Cả lãnh vực "trí thức cao sang" như thư từ, bánh ú cũng hiện diện: người ta gọi những lá thư xếp lồng vào nhau là... thư xếp hình bánh ú.

Thì ra số phận một thứ bánh cũng na ná như số phận đời người. Cái bánh ú ít được nhắc tới, trong khi từ phái sinh như "lồng đèn bánh ú" thì năm nào cứ đến dịp Trung Thu lại thấy nhan nhản trên báo đài.

Tất nhiên, có thể làm khai sinh lại cho cái bánh ú với tên mới "cái bánh hình ngôi sao" như hình dáng của nó, nhưng cái tên văn hoa đó lại hoàn toàn không phù hợp với cuộc đời dân dã của cái bánh bốn góc này. Ngôi sao chỉ lung linh trên trời trong khi tên gọi bánh ú mãi mãi lung linh trong tâm khảm của bất cứ người nào lớn lên từ làng quê miền Trung hay miền Nam - điều không phải thứ bánh "sang trọng" nào cũng có thể làm được.

16-12-2012

cùi thơm, hột xoài
và xương gà

1 Lâu lắm mới thấy một thằng bé ngồi ăn thơm. Nó ngồi trong nhà lồng chợ, tay cầm lát thơm vàng ruộm, bên cạnh người mẹ đang nấu một nồi to tướng có vẻ là canh chua, đưa lên miệng cắn từng miếng một cách sung sướng.

Hồi tôi còn nhỏ, các anh em tôi cũng hay ngồi quây quần xem mẹ làm bếp. Mẹ đuổi thế nào cũng không đi, hoặc có tản đi thì chỉ một chốc sau lại túm tụm quanh mẹ như cũ. Lý do: cả đám cứ ngồi lì ở đó, thế nào cũng được mẹ cho một miếng thơm.

Thơm là loại trái cây chủ yếu dùng để nấu ăn. Thơm để nấu canh chua, để cho vào nồi nhưn các loại bún, để xào thịt hoặc kho cá. Kho cá muốn vị mặn mà thì bỏ thêm dưa muối, cải muối; muốn có vị thanh tao thì kho với thơm. Ở Quảng Nam, hiếm khi cha mẹ mua thơm về cho con ăn, như vẫn thường xuyên làm với xoài, đu đủ, măng cầu...

2 Đó quả là điều rất lạ. Vì thơm là loại trái cây ngon. Ngon và ngọt. Lại nhiều chất dinh dưỡng. Người ta dùng thơm như một nguyên liệu để chế biến ra sinh tố thơm, thơm lát đóng hộp, mứt thơm. Người ta còn chèn thơm trong bánh *cake*, bánh bông lan. Nó không phải là loại trái cây để "chơi", để "ngắm" như trái thị. Vậy mà trong trí nhớ của tôi, mẹ tôi chưa từng mua thơm về gọt cho anh em tôi ăn như một loại quà, chẳng hiểu tại sao. (Có thể là thơm ăn nhiều rát lưỡi chăng?). Vì lẽ đó mà suốt tuổi thơ của mình tôi chỉ được ăn thơm trong những lần ngồi xem mẹ làm thức ăn. Ngồi chồm hổm, tay khoanh trước bụng, ánh mắt thèm thuồng dòm hau háu bàn tay đang gọt thơm của mẹ, sớm muộn gì cũng được mẹ động lòng chìa cho một miếng. Thằng bé tôi bắt gặp trong nhà lồng chợ trưa nay cũng vậy. Chắc chắn lát thơm nó đang ăn vừa được mẹ nó "khoắng" cho một mẩu trước khi trút tất cả vào nồi canh chua.

3 Nhưng thứ anh em tôi thích nhất hồi đó không phải là những lát thơm mà là... cái cùi thơm. Cùi thơm nhai sừng sực, vị lờ lợ, thua xa lát thơm ngọt lịm. Vậy mà hễ thấy mẹ tôi chuẩn

bị phân phát, đứa nào cũng tranh nhau chìa tay nần nì "Cho con cái cùi thơm!", "Con lấy cái cùi!"... Đúng là cái cùi thơm chẳng ngon lành gì, nhưng nó có ưu thế là nhấm nháp được lâu. Với trẻ em nghèo, một thức ăn ngon là niềm mơ ước nhưng một thức ăn lâu, dù ít ngon hơn, còn đáng mơ ước hơn nữa. Ngon, nhưng ăn nhoáng một cái là xong thì cái vị ngon đó thoảng qua nhanh quá, chưa đủ thì giờ thưởng thức thì đã trôi tuột mất tăm, giống như một giấc mơ. Giấc mơ đẹp đến cỡ nào cũng không bằng thực tại, dù thực tại ít đẹp hơn một chút. Đó là lý do trong mắt bọn trẻ chúng tôi, cái cùi thơm có giá trị hơn lát thơm, cái hột xoài ngon lành hơn lát xoài, cũng như cái xương gà đáng thèm muốn hơn lát thịt gà. Chỉ vì những thứ cùi, hột, xương đó nó kéo dài thêm ý vị trên đầu lưỡi.

4 Cách đây vài chục năm, ngay tại Sài Gòn tôi còn thấy các mủng mẹt bày bán cùi thơm trong chợ hay dọc các lề đường, nhưng bây giờ không còn nhìn thấy nữa. Cũng như bây giờ khó tìm thấy những cửa hiệu bán các loại bánh hồi xưa con nít hay ăn. Đối diện nhà tôi trên đường Trần Hưng Đạo quận 5 cách đây khoảng hai mươi năm có một cửa hàng tôi thường ghé để mua

bánh quế, bánh tai heo... Bây giờ cửa hàng đó vẫn còn, nhưng thay vào các loại bánh trước đây là các bịch kẹo chocolate M&M, các hộp bánh Ritz, Choco-Pie...

Cuộc sống dĩ nhiên mỗi ngày một khác đi. Bánh kẹo hiện đại hơn, phong phú hơn, hấp dẫn hơn. Và trẻ con được ăn ngon hơn. Nhưng với những ai không còn là trẻ con như tôi, những thứ bánh kẹo đơn sơ quê kiểng vẫn chiếm một vị trí đặc biệt trong tâm khảm. Như mới đây, khi tình cờ nhìn thấy một người chở thùng bánh tai heo trên yên xe máy chỗ Ngã Sáu Chợ Lớn giữa một chiều mưa bụi, tôi sung sướng ngắm chiếc thùng kiếng hình chữ nhật với các nẹp bằng nhôm ở các cạnh thùng chứa lổn ngổn thứ bánh tưởng chỉ còn trong tâm tưởng, và bất giác nhận ra mình đang hân hoan nhấn ga đuổi theo chiếc xe một quãng dài, giống như đứa trẻ mải mê đuổi theo cánh diều, để rồi ngẩn ngơ khi chiếc xe mất hút sau một góc phố đông người.

Cũng như khi bất chợt bắt gặp hình ảnh thằng bé quần đùi áo cộc ngồi ăn thơm trong nhà lồng chợ trưa nay, tôi đã dừng chân một lúc lâu để lắng nghe cảm giác hạnh phúc tràn về khi bâng khuâng nhớ lại những ngày thơ bé kiên trì ngồi xem mẹ làm bếp để cuối cùng được đền đáp bằng... một cái cùi thơm.

28-7-2013

phượng yêu

1 Quán nhỏ lề đường, đối diện với một siêu thị điện máy mở nhạc ầm ĩ suốt ngày. Trên vỉa hè, xe gắn máy đậu san sát. Khách ra vô nhộn nhịp: tài xế taxi, bảo vệ cửa hàng, giới buôn bán. Có những khách nhàn rỗi, mượn chủ quán bàn cờ tướng, bày ra ngồi đánh lai rai bên tách cà phê.

Hơn một tháng nay, khoảng chín giờ sáng, giữa hai trang viết tôi thường ra đó ngồi. Nhâm nhi một tách cà phê, một tách trà nóng, trò chuyện dăm câu với cô bé phục vụ, nhìn đường nhìn phố nhìn người một hồi rồi lững thững đi bộ về nhà - như một cách thư giãn trước khi tiếp tục cặm cụi bên bàn viết.

Chỗ tôi ngồi ngay trên vỉa hè, kế một gốc cây cổ thụ, chín giờ mặt trời lên cao nên chủ quán thường che thêm cái dù phía trên bàn khách ngồi.

Sáng nay trời mát, mặt trời còn nấp sau mây, cái dù to có trụ chống đang xếp cánh dựa nấn ná vào vách. Nhờ thế mà tôi có dịp nhìn lên tàng cây xanh trên đầu. Và tôi ngạc nhiên một cách sung sướng khi bắt gặp những chùm hoa đỏ lập lòe trong bóng lá. Hoa phượng.

2 Hóa ra lâu nay tôi ngồi dưới tán cây phượng, loài cây mà tôi tin rằng nếu có một khu vườn tôi sẽ trồng nó đầu tiên, mặc dù nhiều người bảo rễ phượng rất khỏe, lại vươn rất xa, có thể ăn sâu và làm nứt nền nhà.

Xưa nay tôi ngưỡng mộ nhiều loài hoa đẹp: hoa hồng đẹp đài các, hoa sen đẹp trang nghiêm, hoa tulíp đẹp rạng rỡ... Nhưng tôi vẫn yêu nhất hoa phượng. Bởi vì đó là loài hoa gắn với một thời học trò hoa mộng.

Hồi tôi đi học, hầu như ngôi trường nào cũng trồng phượng trước sân. Mải học, mải chơi, ve sầu dù chưa về kéo đàn trong lá nhưng thấy cành phượng trước sân trường chớm ra hoa bọn học trò đã biết mùa hè sắp về. Đó là mùa của xa rời bài vở, của chạy nhảy rong chơi, nhưng đó cũng là mùa của chia tay bạn bè, chia tay thầy cô, trường lớp. Chia tay chỉ ba tháng thôi cũng đủ buồn man mác. Nhạc sĩ Thanh Sơn gọi đó là "nỗi buồn hoa phượng" - như tên một bài hát của ông: *"Mỗi năm đến hè lòng man mác buồn/ Chín mươi ngày qua chứa chan tình thương/ Ngày mai xa cách hai đứa hai nơi/ Phút gần gũi nhau mất rồi/ Tạ từ là hết người ơi"*.

"Tạ từ là hết người ơi" nói cho đúng thường chỉ diễn ra vào năm lớp 9 hoặc lớp 12. Những cuộc chia tay năm cuối cấp bao giờ cũng để lại nhiều dư vị xót xa: Bạn bè chuyển trường, đứa ra thành phố, đứa về phương xa, đứa gia cảnh khó khăn thì nghỉ học ở nhà đỡ đần cho ba mẹ, nhường suất đến trường cho đứa em kế tiếp. Trong những cuốn "lưu bút ngày xanh" bạn bè chuyền tay nhau trước phút chia tay đã thấp thoáng những trang hoen nước mắt.

3 Những cành phượng trong sân trường còn là chứng nhân cho những mối tình học trò ngây ngô, vụng dại. Là loài hoa mà biết bao trái tim mới lớn đã hơn một lần gửi gắm tâm tình. Cậu học trò đa cảm trong tác phẩm *Mắt biếc* của tôi đã từng cậy nhờ hoa phượng: *"Lặng lẽ chiều nay/ Lặng lẽ mùa hè/ Sân trường vắng/ Và lòng tôi cũng vắng/ Muốn tặng em một chùm phượng thắm/ Tôi nhờ mùa hè hé hộ tôi"*.

Không chỉ *Mắt biếc*, hình ảnh hoa phượng đã trở đi trở lại nhiều lần trong các cuốn sách khác của tôi: *Cô gái đến từ hôm qua, Tôi thấy hoa vàng trên cỏ xanh, Lá nằm trong lá...*, thậm chí tôi từng dùng hình ảnh của loài hoa này để đặt tên cho một truyện dài: *Hạ đỏ*.

Trong nhiều tác phẩm, không có cành phượng đó tôi không biết lấy gì để treo lên chiếc áo tuổi thơ. Đó là loài hoa mỗi khi nhìn thấy, tôi luôn bắt gặp mình xốn xang khó tả. Trong một phút trong một giây, màu hoa đó đã thắp lên trong tâm trí tôi những ngọn nến lung linh, soi đường cho kỷ niệm dắt díu nhau về và bày ra trên trang sách như một thứ bánh rán mà vị ngon của nó luôn được ký ức bảo quản nguyên vẹn qua thời gian.

4 Lúc chúng ta còn bé, hoa phượng gợi đến những cuộc chia tay bạn bè, chia tay thầy cô, chia tay những mối tình đầu. Nhưng dù sao đó vẫn là những cuộc chia tay trong không gian, cơ hội gặp lại người xưa vẫn còn, dẫu là trong hoàn cảnh khác. Nhưng khi năm tháng qua đi, chúng ta càng ngày càng dấn bước sâu vào thế giới người lớn, hoa phượng vô tình gợi đến một cuộc chia tay khác u buồn hơn: chia tay tuổi học trò, chia tay con đường ấu thơ, chia tay kỷ niệm - cuộc chia tay không bao giờ có cơ hội tái hợp. Chuyến tàu thời gian không có vé khứ hồi, sân ga tuổi nhỏ khi ta đã rời đi là vĩnh viễn không có lối quay về.

Có lẽ đó là lý do tại sao mỗi độ hè về, nhìn hoa phượng nở, lòng tôi lại dậy lên nỗi niềm bâng khuâng tiếc nhớ.

5 Đến bất cứ thành phố nào vào dịp hè: Vũng Tàu, Đà Nẵng, Hội An, Huế, Hà Nội, Nha Trang..., việc đầu tiên tôi làm khi đi ngoài phố là dáo dác tìm xem con đường nào có nhiều hoa phượng. Tìm được rồi, bằng mọi giá tôi luôn tìm cách đi qua con đường đó mỗi ngày dù vì vậy mà đường về chỗ ở xa hơn nhiều lần.

Gần đây, tờ báo tôi đang công tác dời trụ sở về Chợ Lớn trong khi chờ cơ ngơi cũ xây mới. Tuyệt làm sao, tòa nhà nằm cạnh một cây phượng xum xuê. Có lẽ đó là một trong những cây phượng lâu đời nhất Sài Gòn. Cứ sang hè là hoa đỏ phủ rợp khoảng sân gạch trên tầng thượng. Ngồi họp trong phòng, bao giờ tôi cũng tìm cách lẻn ra ngoài đứng dán mắt mải mê lên những chùm phượng đỏ, chỉ để lắng nghe quá khứ vọng về.

Có lần tôi nhặt một cánh hoa bỏ trong túi áo. Có đồng nghiệp trông thấy, tỏ vẻ ngạc nhiên. Xưa nay người ta chỉ bỏ trong túi áo hoa dủ dẻ, hoa lài, hoa ngâu - những loài hoa ngát hương.

Tôi lặng lẽ đem cánh hoa về nhà đặt trên bàn viết. Để sung sướng ngắm. Và để bồi hồi hạ bút: *"Nhụy hoa phượng có cọng dài và mảnh, đầu hình hạt gạo, màu nâu. Trẻ con bọn tôi hay chơi trò đá gà bằng nhụy hoa phượng. Hai con gà là hai cái nhụy móc đầu vào nhau, giựt mạnh, đầu gà nào đứt trước là gà đó thua"*. Đoạn văn mô tả trò chơi tuổi nhỏ này trong tác phẩm *Tôi thấy hoa vàng trên cỏ xanh*, như thế đã được tôi viết ra trong một trưa hè, với cánh hoa học trò đang phập phồng trước mặt.

Hồi bé, bọn học trò chúng tôi vẫn thích trò ép hoa vào sách để lưu giữ kỷ niệm. Bây giờ, dùng những con chữ "vẽ" cánh hoa phượng lên trang văn, đó là cách "ép hoa vào sách" theo kiểu của tôi - một người lúc nào cũng ao ước sống mãi tuổi mười lăm mà tiếc thay thời gian đã lăn bánh mất rồi!

14-4-2013

trong nhà kho của ký ức

1 Hồi bé, như mọi đứa trẻ trong làng, tôi luôn luôn chờ Tết đến. Tết càng đến gần càng nôn nao. Cách Tết một tháng, bọn trẻ con chúng tôi đã tính đếm từng ngày. Có đứa quanh năm không ngó ngàng gì tới tấm lịch trên tường, bây giờ ngày nào cũng giành bóc lịch. Chỉ để sung sướng thấy thời gian ngắn dần lại dưới tay mình. Đứa nào nhà không có lịch thì lấy than vạch lên tường. Vạch ba mươi vạch. Để mỗi sáng thức dậy, chưa kịp đánh răng rửa mặt đã ba chân bốn cẳng chạy lại bức vách xóa đi một vạch, xuýt xoa: "vậy là còn 29 ngày"... "còn 25 ngày"... "còn 17 ngày"...

"Tết", bản thân cái từ âm vang đó luôn đồng nghĩa với niềm vui. Chúng ta vẫn nói "vui như Tết" đó thôi.

Riêng với trẻ con, Tết mang lại những niềm vui cụ thể: Ăn, mặc, chơi.

Tôi sẽ viết về mặc Tết và chơi Tết trong một dịp khác. Bài này chỉ bàn đến cái ăn.

2 Tết, là dịp để ăn ngon, không chỉ với trẻ con. Cả người lớn cũng thế, như là dịp để bù đắp những lo toan, chắt chiu tần tiện trong một năm làm lụng vất vả. Có người thắt lưng buộc bụng quanh năm, dành dụm tiền bạc chỉ để bung ra ăn tiêu ba ngày Tết, như nhà thơ Tú Xương từng nhận xét: *Chẳng phong lưu cũng ba ngày Tết/ Kiết cú như ai cũng rượu chè*. Dĩ nhiên, mâm cao cỗ đầy không chỉ nhằm thỏa mãn nhu cầu vật chất mà còn bộc lộ một khát vọng tinh thần: những bữa ăn tươm tất trong ba ngày Tết thể hiện ước mơ về một năm mới an khang thịnh vượng.

Trẻ con tất nhiên không suy nghĩ sâu xa như người lớn. Chỉ biết Tết đến được ăn ngon mặc đẹp đã thấy sướng mê. Tôi nhớ ngày tôi còn bé, năm nào cũng vậy, cứ trước Tết khoảng nửa tháng mẹ tôi lại ra chợ mua cùi dừa về làm mứt. Anh em tôi ngồi chồm hổm xem mẹ gọt dừa, nạo dừa thành từng sợi rồi rửa nước qua vài lần cho sạch dầu, sau đó đem ướp đường. Đến khi sợi dừa thật trong, mẹ tôi bắt đầu sên dừa. Lúc này, nhiều đứa trong bọn tôi đã thèm lắm rồi nhưng kẹt nỗi có mẹ tôi ngồi đó, không đứa nào dám táy máy tay chân. Hơn nữa mứt đang sên trong chảo, đứa nào láu táu bốc trộm là phỏng tay ngay.

Cơ hội hấp dẫn nhất là lúc mẹ tôi trải mứt ra nong đem phơi ngoài sân. Lúc đó đi ngang qua nong mứt, thế nào tôi cũng vờ đánh rớt viên bi hay một cái gì đó để cúi xuống nhặt, rồi thò tay bốc trộm mứt nhanh như chớp. Mứt dừa nhiều màu, xanh đỏ trắng vàng; mứt dừa của mẹ tôi chỉ có mỗi màu trắng nhưng với tôi thật không có thứ gì ngon bằng.

Mẹ tôi còn làm cả mứt gừng và mứt me. Mứt me khó bốc trộm nhất vì mứt me làm nguyên trái, mẹ tôi lại làm số lượng ít nên mất trộm là mẹ tôi biết ngay.

3 Bánh tét cũng là món ăn đặc biệt trong dịp Tết. Trước giao thừa một, hai ngày, cả nhà già trẻ lớn bé đều xúm vào gói bánh. Cũng như bánh ú, nhưng bánh tét quê tôi không có thịt heo, chỉ có đậu xanh. Sau khi ngâm nếp và đồ đậu xanh đã đãi sạch vỏ, chuẩn bị lá chuối và ngâm lạt cho mềm, mọi người ngồi quây quần cặm cúi gói bánh. Tôi còn nhỏ, lúc đổ nếp lên thân lá rồi rải đậu xanh lên khe nếp không có trở ngại gì, nhưng đến khi ốp lá rồi cột dây, không sớm thì muộn đòn bánh của tôi nếu không bung ra cũng xộc xệch hoặc lỏng le lỏng lét trông như đứa bé mặc áo quần của người lớn. Thế nhưng tôi cứ thích gói bánh, bị người lớn gạt ra là ngoác miệng nức nở rất ghê để lại được mó tay vào thúng nếp.

Đêm giao thừa, ngồi trước nồi bánh sôi sùng sục trên bếp củi kê ngoài sân chờ mẹ tôi vớt ra từng cái bánh chín tới là một trong những khoảnh khắc thú vị nhất đối với tôi. Từ khi bắc lên nấu đến khi bánh chín thường phải mất đến bốn, năm tiếng đồng hồ nên tôi chỉ trông nồi bánh chừng hai tiếng là mắt díp lại, nhưng mẹ tôi giục vào nhà ngủ thế nào tôi cũng không nghe.

Tôi nhớ mẹ tôi thường dùng sợi chỉ để cắt bánh tét, gọi là "tét bánh". Miệng ngậm đầu này sợi chỉ, tay phải cầm đầu kia, mẹ tôi khoắng sợi chỉ từng vòng quanh đòn bánh. Suốt bao nhiêu cái tết trẻ thơ, tôi từng đứng ngắm mê mẩn từng lát bánh rơi vào đĩa theo từng động tác của mẹ tôi - một hình ảnh vô cùng ấn tượng.

Miền Trung thuở đó chưa biết đến thịt kho tàu, dưa giá của miền Nam. Bánh tét chỉ chấm nước mắm hoặc ăn với dưa món đã ngon tuyệt. Bánh tét khi đem chiên lên, ăn càng mê tơi.

Ngoài mứt và bánh tét, những ngày Tết còn xuất hiện nhiều món ăn lạ như hạt dưa, lạp xưởng. Hạt dưa thì nhà nào cũng có, tới bất cứ đâu cũng thấy đĩa hạt dưa bày giữa bàn. So với đám con trai, bọn con gái thích ngồi tí tách cắn hạt dưa hơn, vì vỏ hạt dưa làm đôi môi đỏ thắm tự nhiên. Riêng lạp xưởng chỉ nhà giàu mới có. Lúc mười tuổi, lần đầu tiên được ăn lạp xưởng nơi nhà một người bạn của ba tôi, tôi "tương tư" suốt một tuần và lập tức bầu chọn đây là món ăn ngon nhất trên đời.

4 Ôi, những cái tết thời thơ ấu, sao mà lắm nhớ nhung đến vậy. Tết vừa xong, cây nêu vừa hạ, áo mới vừa cất vào rương là lại mong thời gian qua mau để lại được đón Tết, để được tái ngộ mứt gừng, mứt dừa, mứt me, bánh tét, hạt dưa, lạp

xửng - những món ăn đặc biệt mỗi năm chỉ xuất hiện một lần.

Sau này vào Sài Gòn đi học, tôi ngạc nhiên phát hiện những món đó ở miền Nam người ta bày bán quanh năm, muốn ăn lúc nào cũng được. Lúc đó lòng tôi không khỏi dâng lên nỗi niềm ghen tị. Nhưng rồi nghĩ lại, khi cái gì cũng có, món gì cũng sẵn lại đâm ra thiếu mất cái thèm thuồng háo hức, cái xao xuyến ngóng trông, cái hồi hộp chờ đợi, nhất là không có những món ăn đặc biệt để phân biệt ngày Tết với ngày thường.

Một tuổi thơ thiếu thốn cũng có cái hay. Nhất là khi phải tả cảnh ngày Tết trong giờ học môn văn, trẻ con quê tôi có thể bắt đầu một cách dễ dàng: "Khi mẹ em ra chợ mua dừa, mua nếp, bà em cặm cụi hái lá chuối sau vườn còn ba em ngồi loay hoay chẻ lạt trước hiên, em biết ngay là... Tết sắp về!". Hình ảnh thân thuộc đó, kỷ niệm xốn xang đó, quả thật không phải ai cũng có thể tìm thấy trong nhà kho của ký ức!

Tết 2013

ngày Tết bỗng nhớ lụa là

1 Được ba mẹ sắm cho áo mới, đó là điều gần như đứa trẻ nào cũng mong mỏi vào dịp Tết. Nhà không có hạt dưa, không nấu bánh tét cũng không sao. Nhưng nếu không có áo mới, dứt khoát đó chưa phải là Tết.

Người lớn vẫn nói những từ văn hoa "năm mới, ngày mới, xuân mới, nắng mới", nhưng nếu không có áo mới, đối với trẻ con những cái mới kia sẽ lập tức... cũ xì.

Hồi học cấp một, tôi thấy nhiều đứa trẻ trong làng không dám ra đường chỉ vì không có áo mới. Cái cảm giác thua thiệt chúng bạn đối với trẻ con thật là kinh khủng.

Nhà nào đông con như nhà tôi, việc may áo mới cho gần chục đứa con lúc nhúc là vấn đề vô cùng nan giải. Khi con cái học lên cao, các bậc phụ huynh càng thêm lo lắng. Thời tôi đi học, lên cấp hai học sinh đã mặc đồng phục: nữ sinh mặc áo dài trắng, nam sinh vận áo sơ mi trắng quần dài xanh. Một năm, như vậy, có tới hai đợt may đồ mới: dịp Tết và dịp khai trường.

2 Đồng phục mới trong dịp khai trường tuy quan trọng nhưng vẫn không quan trọng bằng áo mới ngày Tết. Ngày nhập học, ít đứa trẻ nào so đo quần áo. Nếu đứa trẻ không lớn quá nhanh, đồng phục năm ngoái vẫn mặc vừa thì không nhất thiết may đồ mới. Kẹt quá, quần áo đứa anh sửa lại cho đứa em, quần áo đứa em sửa lại cho đứa em kế nữa, cứ thế mà "tuần tự nhi... lùi". Trẻ con tuy có buồn một chút nhưng chưa đến nỗi vùng vằng đòi bỏ học.

Dịp Tết thì khác. Mới phải là mới, chứ không có kiểu "cũ người mới ta" như ngày khai trường.

Áo mới, đó không chỉ là niềm vui mà còn là "thế giá" của một đứa trẻ trước cộng đồng.

Không phải bậc làm cha làm mẹ nào cũng hiểu được cái tâm thế đó của con cái. Giả dụ hiểu được nhưng kinh tế ngặt nghèo thì cũng đành chịu.

Thông thường, nếu tiền ít con đông các bậc cha mẹ làng tôi ưu tiên may áo mới cho đứa nào có nghĩa vụ theo chân cha mẹ đi chúc Tết bà con hàng họ gần xa. Đi "đối ngoại", bắt buộc phải ăn vận tươm tất, đẹp đẽ. Đứa được chọn vào "phái đoàn ngoại giao" này thường là đứa con lớn nhất. Thằng anh, con chị thương em đành bỏ nhỏ "Em đừng buồn! Đợi xong ba ngày Tết, anh (chị) sẽ cho em cái áo này!". Nghe mà cảm động làm sao!

3 Ba mẹ tôi dạo đó có sáng kiến đem áo cũ của đàn con giao cho thợ nhuộm. Y như có phép màu, những chiếc áo bạc màu của anh em tôi khi đem về bỗng nhiên xanh mướt, đỏ tươi như vừa được cắt may từ các súc vải mới ngoài cửa hàng. Nhưng chỉ độ mươi, mười lăm ngày, màu vải cứ bợt dần, thậm chí lốm đốm không đều, "mèo lại hoàn mèo", thậm chí là con mèo bị lang ben. Cũng may, khi những chiếc áo nhuộm "phơi trần sự thật" thì Tết nhất cũng qua.

Cạnh nhà tôi dạo đó, có hai chị em. Tôi còn nhớ con chị tên Lụa thằng em tên Là. Thằng Là bằng tuổi tôi, con Lụa lớn hơn tôi hai tuổi. Là hai chị em, nhưng tụi nó cùng học một lớp, chung lớp bốn với tôi. Ba mẹ tụi nó đặt tên con là "lụa là" nhưng ngày Tết chỉ may được mỗi chiếc áo, hai chị em phải mặc chung. Con chị mặc áo mới ra đường thì thằng em ở nhà. Thằng em đi chơi thì con chị chui vô bếp.

Áo may kiểu con trai, mỗi lần tròng vô người, con chị phải lấy kim gút "nhấn eo" để ra áo con gái. Lần nào tôi rủ hai chị em nó chạy ra sân vận động xem người ta thi thả diều hoặc ra chợ chơi lô tô, bao giờ có con chị cũng thiếu thằng em, có thằng em lại vắng con chị. Tôi thắc mắc thì đứa này bảo đứa kia bận nấu cám heo hay hái rau ngoài vườn, đại khái là đủ thứ lý do trên trời dưới đất. Mãi về sau tôi mới biết hai chị em nó thay nhau mặc mỗi chiếc áo đó thôi.

4 Thằng Là bây giờ nghe nói làm giám đốc một công ty may mặc có tiếng, không biết nó còn nhớ những cái tết nghèo năm xưa không.

Riêng con Lụa, khi học cùng nhau lên tới lớp tám, lớp chín, nó chính là đứa khiến tôi thay đổi quan niệm về... quần áo. Mười ba, mười bốn tuổi, chiếc áo mới ngày Tết với tôi không quan trọng nữa. Tôi bắt đầu chú tâm đặc biệt đến bộ đồng phục học sinh là bộ đồ ngày ngày tôi vẫn mặc để lượn lờ trước mặt bọn con gái trong trường. Con Lụa lúc học cấp một, da nó ngăm ngăm, dung nhan chẳng có gì đặc biệt, cứ xáp lại gần rủ tôi chơi đánh đũa là bị tôi đẩy ra, thế mà cuối năm cấp hai nó bỗng "thay da đổi thịt", trở thành đứa con gái xinh nhất trường tôi.

Mẹ tôi không để ý rằng tôi đã lớn. Bà không hiểu tại sao tôi giở chứng chê vải kaki. Tôi đòi may quần bằng vải tẹcgan, vải pôlite. Mặc áo, tôi bắt đầu ghét vải phin nhăn nhúm, tôi nằng nặc đòi may áo bằng vải têtarông, vải katê phẳng phiu đẹp đẽ. Chú gà trống choai chập chờn trổ mã, biết khoe mẽ trước mặt bọn con gái, đã làm bậc từ mẫu nghèo túng phải vất vả chiều theo.

Hai năm lớp tám, lớp chín, mẹ tôi xoay xở đủ cách để tôi có áo quần ăn diện. Vậy mà con Lụa chẳng động lòng mảy may. Học hết cấp hai, không hiểu sao nó nghỉ học ngang, ở nhà lấy chồng.

Chồng nó học cùng lớp với tôi nhưng lớn hơn tôi bốn tuổi. Mà "tình địch" của tôi có bảnh bao gì cho cam. Nó cứ quần kaki, áo vải phin mà lấy được vợ, lạ ghê!

Năm đó, tôi mười bốn tuổi.

Tết 2014

Sài Gòn sáng sớm mưa bay

1 Tôi đang ngủ thì mưa đánh thức tôi dậy. Tiếng mưa cào lên mái tôn, cào lên trái tim tôi. Tôi nằm trên giường, lười nhác và sung sướng trong tiếng mưa vây bọc.

Xưa nay, tôi luôn thích mưa. Tôi thích ngắm mưa, thích nghe tiếng mưa rơi trên mái lá, mái ngói, mái tôn, rơi trên tàu lá chuối, lá dừa. Tiếng mưa, có lẽ là một trong những âm thanh quen thuộc, gần gũi nhất với con người.

Tôi chỉ không thích mặc áo mưa. Áo mưa gây cho tôi cảm giác rin rít, ẩm ướt thế nào! Đi ngoài phố, gặp trời mưa hoặc là tôi tấp xe vào trú dưới một mái hiên bất chợt chìa ra bên đường chờ tạnh hoặc nếu đang trên đường về thế nào tôi cũng cắm mặt chạy tiếp mặc cho người ướt đẫm.

Nhưng mưa thì tôi thích.

Nhất là những cơn mưa sớm như thế này. Nó làm tôi nhớ lại những ngày niên thiếu, sáng thức dậy chưa kịp rửa mặt đã chạy ra trước hiên nhà ngồi xổm xuống đất thu tay trước bụng nhìn ra màn mưa bay bên ngoài, thích thú nghe hơi lạnh choàng vai và thấy lòng chợt vui như chim chóc, chẳng hiểu vì sao.

2 Vì sự yêu thích đó, trong cuốn sách mới nhất của tôi, *Ngồi khóc trên cây*, tôi đã dành rất nhiều trang để tả mưa.

Một đoạn mưa: "*Ngồi thu lu bên con Rùa nhìn màn mưa mù mịt bên ngoài qua kẽ lá, nghe tiếng mưa rơi lộp bộp trên đầu, nghe hơi nước ướp vào da thịt mát lạnh, hấp háy hai cánh mũi để hít hà mùi đất ẩm* không ngừng xông lên ngào ngạt, tất cả những điều đó đánh thức mọi giác quan trong tôi khiến tôi ngỡ như tôi đang sống hai ba cuộc sống cùng một lúc và cảm giác đó thực vô cùng thú vị".

Một đoạn mưa khác: "Vừa ăn cơm xong, trời đổ mưa ríu rít. Ngồi trong nhà nhìn ra, thấy mưa dày như vải mùng. Những hạt nước to rơi xuống sân bắn ngược trở lên tung tóe, tưởng như ông trời đang vãi thóc. Có lẽ đây là lượng nước hồi chiều những đám mây giữ lại giữa không trung, dành cho một trận mưa khác vào một ngày khác. Nhưng tối ngủ quên, những đám mây lỡ tuột tay đánh rơi mưa xuống. Xưa nay những cơn mưa trái mùa bao giờ cũng đến từ những đám mây lơ đễnh".

Tôi còn làm thơ tả mưa đăng trên một tờ báo dành cho trẻ em: "Cũng như nghìn sợi chỉ thôi/ Hễ đất níu xuống thì trời buông ra". Một lát sau: "Xem kìa mưa đã tạnh rồi/ Ra trời đất cũng có hồi giận nhau/ Nên trời kéo nước lên cao/ Đất đành phải thả mưa vào trời xanh".

3 Mưa gắn liền với tuổi thơ tôi, với những buổi chiều ngồi xem mẹ đổ bánh xèo, nghe bụng đói cồn cào. Trời mưa quê tôi gắn liền với bánh xèo. Người ta bảo trời mưa mà ăn bánh xèo thì không

có cái thú nào bằng. Có lẽ ngoài chuyện ăn, cái nóng của bếp lò giúp sưởi ấm con người trong giá lạnh của thời tiết. Bánh xèo miền Trung nhỏ hơn bánh xèo miền Nam, không có đậu xanh, chỉ có giá, tôm và thịt ba chỉ. Nhỏ hơn, mỏng hơn nên giòn hơn. Bánh xèo miền Nam thường pha thêm nước cốt dừa vào bột gạo. Nhưn thì có thêm đậu xanh, đôi khi thêm nấm rơm hoặc các thứ khác nên cái bánh không những to hơn mà còn dày hơn.

Ngồi xem mẹ loay hoay bên bếp lửa rừng rực, múc từng vá bột gạo lõng bõng đổ vào chảo làm phát ra những tiếng "xèo, xèo" là một kỷ niệm khó quên. Mẹ cho tôm thịt giá vào rồi đậy nắp vung, khi giở ra bánh đã chín vàng ruộm. Bánh đổ được cái nào, tức khắc bày ra đĩa. Đổ tới đâu ăn tới đó, "nóng hổi vừa thổi vừa ăn", bây giờ nhớ lại vẫn thấy thòm thèm. Quê tôi là xứ bánh tráng, nhưng khi ăn bánh xèo thì không dùng bánh tráng mà dùng lá cải cay cuốn bánh.

4 Đó là những cơn mưa chiều. Mưa buổi sáng đối với bọn trẻ chúng tôi còn thú vị hơn nữa. Mưa buổi sáng thường dai dẳng, có khi kéo dài đến tận tối mịt hoặc sáng hôm sau. Mưa lúc đó

không chỉ là mưa, mà còn là dấu hiệu báo tin bão lụt sắp về. Còn bé tẹo, tôi và bọn trẻ cùng lứa chẳng băn khoăn thế nào là thiên tai hoạn nạn. Nghe nhà trường thông báo cho học sinh nghỉ học là cả đám vỗ tay reo hò. Rồi đổ xô đi tắm mưa. Khi nước dâng lên ngập đường quốc lộ, cả bọn hớn hở thi nhau lội nước. Con đường hằng ngày người xe đi lại, bây giờ tới lui bằng ghe, riêng chuyện lạ mắt đó đủ khiến bọn trẻ con thấy thích thú rồi.

Bây giờ nhớ lại cảnh ba mẹ tôi phải ghì mái nhà vào cây cột cái bằng dây thừng để gió đừng thổi bay đi, phải hì hục khuân đồ đạc trong nhà chất lên tấm phản hẹp mấp mé mực nước, bát chén và sách vở, mền gối và bếp lò, heo và gà... vậy mà cuối cùng vẫn phải theo ghe xuồng chạy nạn lên gò đất cao sống tạm bợ chờ nước rút, lòng tôi không khỏi bâng khuâng ray rứt.

5 Tuổi nhỏ vô tư. Nhưng bây giờ tôi không còn ở lứa tuổi đó từ lâu. Vì vậy, sau khi nhấm nháp sự thú vị của trận mưa đầu ngày, cảm giác lo lắng bất chợt dâng lên trong tôi, nhấn chìm mọi ý nghĩ lãng mạn. Tôi bỗng thấy lo cho người miền ngoài.

Mưa Sài Gòn thường định kỳ trong ngày, nhưng chỉ mưa trưa hoặc mưa chiều. Hễ mưa vào lúc năm, sáu giờ sáng, thế nào cũng do áp thấp nhiệt đới. Áp thấp mạnh lên, sẽ thành bão. Bão từ khơi xa tiến vào dải đất miền Trung, miền Bắc, gây khốn khó cho bao nhiêu người. Cái đẹp của miền này hóa ra lại là tai họa của miền kia.

Paustovsky là một trong những nhà văn Nga tôi yêu nhất. Truyện *Bình minh mưa* của ông thật đẹp và buồn. Nhưng ở thành phố Navoloki, nơi chàng Kuzmin tiền tuyến gặp nàng Olga hậu phương, mưa buổi sáng chỉ là dấu hiệu của cơn bão lòng. Còn ở đây, trên đất nước tôi đang ngồi viết những dòng này, đó rất có thể là cơn bão dữ của cuộc đời, có thể làm chết người, úng ngập mùa màng và cuốn trôi nhà cửa trâu bò.

Đó là lý do vào một buổi sáng tinh sương trời Sài Gòn sũng nước, mưa thì thào trong lá cây bên ngoài cửa sổ, tôi đã đến bên bàn viết và gửi nỗi phập phồng vào thơ: *"Gặp em từ độ quê nhà/ Chạnh lòng một buổi rồi xa nghìn ngày/ Sài Gòn sáng sớm mưa bay/ Ngồi lo Đà Nẵng mùa này bão giông"*...

11-8-2013

hồn vía bài chòi

1 Hồi tôi học lớp bốn, lớp năm, Tết năm nào tôi cũng được bà tôi dẫn đi chơi bài chòi. Ở nhiều nơi, trò chơi bài chòi được tổ chức quy mô như ngày hội, chín cái chòi được dựng trên bãi cỏ rộng với đầy đủ đàn, kèn, sanh, chũm chọe, người hô bài chòi khăn đóng áo dài chỉnh tề, đẹp đẽ. Ở thị trấn Hà Lam thời đó, chỉ có một cái chòi lá đơn sơ được cất ngay giữa chợ. Nhà tôi lúc đó ở cạnh trường Bồ Đề, kế bàu Hà Kiều, đi bộ xuống chợ chừng mươi, mười lăm phút.

Hai bên chòi là dãy ghế giống như ghế xe đò, người chơi ngồi xếp lớp.

Người chơi hầu hết là phụ nữ: lớn tuổi như bà tôi, mẹ tôi; mười sáu, mười bảy như các cô tôi. Đàn ông có lẽ thích chơi bài xì dách, cát tê hay xì phé hơn.

Bài chòi là môn chơi dân dã, có tính chất giải trí. Nó nặng về vui chơi, không có tính sát phạt, vì vậy mà cánh mày râu không thích chăng?

"Rủ nhau đi đánh bài chòi/ Để cho con khóc đến lòi rún ra", câu vè hóm hỉnh này rõ ràng hé lộ cho ta thấy giới mê bài chòi là phụ nữ.

2 Người chơi mua một thẻ bài gồm ba quân bài rồi ngồi vô chỗ của mình, hồi hộp chờ đợi. Đứng chính giữa chòi là người hô bài chòi, gọi là "anh hiệu". Sau lưng anh là cây cột có treo một ống tre ngay phía trên đầu, vừa tầm tay với. Trong ống là những quân bài tương ứng với quân bài của người chơi.

Khi bắt đầu chơi, anh hiệu quài tay ra sau đầu cầm các thẻ bài trong ống tre xóc mạnh làm vang lên những tiếng lắc cắc vui tai, sau đó rút hú họa một chiếc thẻ, liếc xem nó là quân gì rồi bắt đầu hô.

Bao giờ anh hiệu cũng dạo đầu bằng những câu giới thiệu theo thông lệ:

> *Gió xuân phơ phất nhành tre*
> *Mời bà con cô bác lắng nghe bài chòi!*

Anh nhìn xuống chiếc thẻ trong tay lần nữa, cao giọng úp mở:

> *Bà con cô bác lắng lặng mà nghe*
> *Tui hô cái quân bài, nó ra cái con gì đây...*

Cả chòi nín thở theo tiếng hô của anh hiệu. Ngặt nỗi, anh chẳng nói ngay đó là quân bài gì mà vòng vèo uốn éo cả buổi đến sốt ruột. Nhưng đó chính là cái hay, cái hấp dẫn của bài chòi. Ví dụ quân bài là con Tứ Cẳng, thì sau khi lòng vòng, anh tung hứng bằng mấy câu:

> *Một hai bậu nói rằng không*
> *Dấu chân ai đứng bờ sông hai người*
> *Hai người thì có bốn chân*
> *Đó là con Tứ Cẳng rành rành chẳng sai!!!*

Nếu là con Ngũ Trợt, anh sẽ "chốt hạ" một cách hài hước:

> *Trời mưa làm ướt sân đình*
> *Anh đi cho khéo kẻo trợt ình xuống đây*
> *Bố con Ngũ Trợt!!!*

Có khi người hô bài chòi còn đi xa hơn, ý tứ hò vè đậm chất bông lơn dân dã. Để nói về quân bài Tứ Cẳng, lúc này là:

Tối qua tôi đi ra gò
Thấy anh thương chị bốn cái giò tréo ngoe!

Người chơi có con Tứ Cẳng hay con Ngũ Trợt hớn hở gõ vào thanh tre dưới chỗ ngồi, người giúp việc cho anh hiệu lập tức chạy tới đưa cho người trúng một lá cờ đuôi nheo. Những lần như vậy, bà tôi sung sướng giắt lá cờ lên mái lá ngay trên chỗ ngồi, bỏm bẻm nhai trầu chờ anh hiệu hô tiếp. Người nào trúng cả ba quân bài là "tới", trống gõ tum tum còn anh hiệu thì múa may reo hò trông rất vui mắt.

3 Hồi chín, mười tuổi, tôi theo bà tôi đi đánh bài chòi chủ yếu là xem anh hiệu làm trò và nghe những câu hô lạ tai của anh chứ không mặn mà lắm chuyện thắng thua mặc dù mỗi lần bà tôi hô "tới" với vẻ mặt rạng rỡ, lòng tôi luôn thấy lâng lâng.

Thường, không lần nào tôi ngồi cạnh bà tôi đến hết cuộc chơi. Bao giờ cũng có một thằng bạn tinh ranh nào đó đứng bên ngoài thò tay qua vách lá kéo áo tôi rủ tôi ra ngoài đánh "tôm cua

bầu cá", miền Nam gọi là "bầu cua cá cọp". (Tôi nhớ trò này chỉ có sáu hình vẽ: con cua, con nai, con tôm, con cá, con gà và trái bầu, không hiểu sao người miền Nam gọi là "bầu cua cá cọp". Có thể ở nơi nào đó, người ta vẽ con cọp thay cho một trong những con vật quen thuộc kia mà tôi không biết chăng?).

Hồi đó tôi còn quá bé, chưa cảm nhận hết cái thú vị của bài chòi, chỉ mê trò "tôm cua bầu cá". Vì trò này dễ hiểu với đầu óc non nớt của tôi. Nếu đặt tiền vào "con cua", khi nhà cái giở nắp lên, trong đĩa hiện ra ba "con cua", người chơi được chung tiền gấp ba, cảm giác lúc đó thật sướng mê tơi.

Sau này tôi vào Sài Gòn học, vẫn thấy trẻ em miền Nam chơi "tôm cua bầu cá" ba ngày Tết. Thời đó, truyện chưởng Kim Dung đăng tải thường xuyên trên các nhật báo ở Sài Gòn nên con nít hay hát *Có cô gái Đồ Long lắc bầu cua/ Lắc ba cái ra ba con gà mái*". Tôi không hiểu tại sao bọn trẻ hát "ba con gà mái" vì con gà vẽ trên tờ giấy dùng để chơi "tôm cua bầu cá" rõ ràng là... con gà trống. Có thể vì "cô gái Đồ Long" là phận nữ nhi (hợp với gà mái!?), nhưng cũng có thể từ "gà mái" chỉ để hợp vần với từ "cái" phía trước chứ chẳng phải là cuộc cách mạng gì ghê gớm về mặt hình ảnh!

Nhưng dù "trống" hay "mái", con gà ngũ sắc trong trò lắc bầu cua của tuổi thơ tôi, lớn lên đi xa tôi vẫn còn gặp lại. Riêng con gà được vẽ cách điệu trong quân bài Ba Gà của trò chơi bài chòi khi lưu lạc tha hương tôi không còn nhìn thấy nữa.

Lên đại học, đọc nhiều sách báo mới biết bài chòi là một trò chơi dân gian đặc sắc của miền Trung. Riêng chuyện đi tìm xuất xứ của tên gọi và hình vẽ trên các quân bài đã tốn biết bao giấy mực của các nhà nghiên cứu uyên thâm.

Gần đây, về lại quê nhà, thấy trong những dịp lễ hội các khu vui chơi có tổ chức đánh bài chòi để thu hút khách du lịch. Tôi cũng cố chen vào chơi nhưng không sao tìm lại được cái náo nức hồn nhiên ngày nào lẽo đẽo nắm tay bà chui vô căn nhà chòi giữa chợ.

Tôi không rõ do tâm cảm tôi bây giờ đã khác xưa hay vì bài chòi là trò chơi dân dã, các quân bài Ba Bụng, Ngũ Rún, Nọc Thượt, Chín Cu... chỉ sống động tếu táo trong tay những người chân quê giải trí lúc nông nhàn, còn khi tổ chức bài bản linh đình mời mọc khách thập phương thì hồn vía nó lang thang chỗ khác?

Tết 2014

về giọng nói
ở một nơi không có xe lam

1 Xưa nay Quảng Nam có lẽ là địa phương mà giọng nói bị đem ra trêu ghẹo nhiều nhất nước. Nói cho công bằng, so với một số vùng miền Bắc và miền Nam, người Quảng phát âm rất chuẩn xác các phụ âm đầu. Giọng Quảng phân biệt một cách rõ ràng giữa âm *tr* và *ch*, *s* và *x*, *d* và *v*, *r* và *g*... Nhưng âm giữa và âm cuối, người Quảng thường phát âm chệch.

"En không en tét đèn đi ngủ" (Ăn không ăn tắt đèn đi ngủ) có lẽ là câu nói phổ biến nhất nhằm giễu cợt cách phát âm của người Quảng. Người ta còn bảo ở Quảng Nam không có xe lam, xe đạp. Hỏi tại sao, đáp: Tại Quảng Nam chỉ có xe "lôm", xe "độp". Liên quan đến chiếc xe đạp, còn có câu chuyện hài: Người Quảng Nam đi vào một cửa hàng bán phụ tùng xe ở Sài Gòn, cố uốn giọng để phát âm cho chuẩn, oái ăm sao rốt cuộc lại thành: "Bán cho tôi một cái... láp xe độp". Người bán sau một hồi gặng hỏi, bực mình: "Lốp xe đạp" thì nói đại là "lốp xe đạp" ngay từ đầu, còn bày đặt... nói lái là "láp xe độp". Nào có cố tình lái liếc gì đâu, thật oan còn hơn oan Thị Kính! Những câu chuyện như thế, ngẫm ra còn rất nhiều.

2 Nhà thơ Tường Linh sáng tác nguyên một bài thơ theo giọng Quảng, trong đó mọi âm "ô" ở cuối câu đều biến thành âm "ơ":

Rủ nhau vô núi hái chơm chơm
Nhớ bạn hồi còn học chữ Nơm
Sáng sáng lơn tơn đi như cuốc
Chiều chiều xớ rớ đứng câu tơm
Mùa đông tơi lá che mưa bấc

Tiết hạ hiên tranh lộng gió nờm
Nghe chuyện xóm xưa thời khói lửa
Sảng hồn, sấm nổ tưởng đâu bơm!

Nhà thơ trào phúng Tú Rua cũng có một bài tương tự, nhưng trong bài thất ngôn bát cú này "a" biến thành "ô":

Rứa mới kêu là chất Quảng Nôm
Ăn hòn nói cục chẳng thôm lôm
Có chàng công tử quê Đà Nẽng
Cưới ả Thúy Kiều xứ Phú Côm
Cha vợ đến thăm chào trọ trẹ
Mẹ chồng không hiểu nói cồm rồm
Thêm ông hàng xóm người Hà Nội
Chả hiểu mô tê cũng tọa đồm.

Cả hai bài đều hay.

3 Trong tác phẩm *Quán Gò đi lên* của tôi, nhân vật chính là một cô gái xứ Quảng: con Cúc "nước mắm Nam Ô". Con Cúc phục vụ trong quán Đo Đo "chuyên bán các món ăn xứ Quảng", nói giọng Quảng đặc sệt. Lúc con Cúc mới vô làm ở quán, xảy ra câu chuyện sau đây:

"Khách đòi mua bánh bèo đem về, con Cúc kêu con Lệ:

- Chị kiếm cho em cái "bô"!

Chữ "cái bao" qua cái giọng nguyên chất của con Cúc biến thành "cái bô" khiến con Lệ thừ ra mất một lúc. Rốt cuộc, tuy không hiểu con Cúc kiếm cái bô làm chi, con Lệ vẫn vào toa lét cầm cái bô đem ra:

- Nè.

Con Cúc ré lên:

- Trời, lấy cái ni đựng bánh bèo cho khách răng được?"

Như vậy, giọng Quảng Nam không chỉ xuất hiện trong những câu chuyện tiếu lâm dân dã, mà còn đi vào cả văn thơ. Ở đây, không thể không để ý đến một điểm đặc biệt: nhà thơ Tường Linh, nhà thơ Tú Rua và tôi đều là... người Quảng Nam. Và tôi e rằng những mẩu chuyện cười về giọng Quảng đa phần đều do người Quảng Nam sáng tác.

4 Người Quảng Nam sao lại đem cái giọng của quê mình ra giễu cợt? Hỏi vậy là chưa hiểu đúng cốt cách người Quảng. Chỉ những cộng đồng tự tin cao độ và có óc hài hước mới không ngại "tự trào" về mình. Ở đây có điều gì đó tương tự thái độ của người dân xứ Gabrovo (Bulgaria): họ sáng tác những câu chuyện cười về tính keo kiệt của mình, thậm chí còn thành lập cả một nhà bảo

tàng nghệ thuật trào phúng Gabrovo để lưu giữ và tìm cách quảng bá những giai thoại cười ra nước mắt đó ra thế giới.

Nếu để ý, bạn sẽ thấy trong những bàn trà, cuộc rượu, chính dân Quảng Nam là những người kể một cách sảng khoái nhất những mẩu chuyện cười về giọng Quảng chứ không ai khác. Những người dân của xứ "xe lôm", "xe độp" đó cũng là những độc giả đón nhận những vần thơ "tự trào" của Tường Linh, Tú Rua một cách vô cùng nồng nhiệt.

5 "Tự trào" là xét về phương diện thái độ. Nhưng nếu chỉ thuần đề cao khía cạnh tinh thần, những mẩu chuyện khôi hài, những vần thơ cuốn truyện nói về giọng Quảng đã không được dân Quảng tâm đắc đến vậy. Bên cạnh sự thích thú, còn có sự thân thương. Nhất là những người Quảng tha hương, đã bao nhiêu năm không được sống trong khung cảnh quê nhà, bây giờ bỗng đọc thấy, bỗng nghe nói chữ "con tơm" thay vì "con tôm", "cái bô" thay vì "cái bao", "thôm lôm" thay vì "tham lam" tự nhiên thấy bao nhiêu ký niệm ấu thơ ùa về. Cái giọng nói mộc mạc, quê kiểng đó là giọng nói của ông bà, cha mẹ, thầy cô, bạn

bè, hàng xóm láng giềng mà mình đã quen tai từ nhỏ, ngay từ lúc còn nằm u ơ trong chiếc nôi ru. Chất giọng đó đã ngấm qua bao mưa nắng, trải qua bao bão giông của thiên nhiên và cuộc đời mà hình thành và trụ lại cho đến hôm nay. Nó gợi lên những vùng đất, những mặt người, những ký ức mà người Quảng xa xứ nào cũng chất chứa trong lòng như một hành trang vô hình. Nó là một giá trị phi vật thể, không phải để tổ chức UNESCO công nhận mà để những người Quảng tự hào như một tấm "căn cước tinh thần" mà mình mang theo suốt cả đời người. Có thể nói, giọng Quảng là một phần của văn hóa Quảng.

6 Giọng Quảng như vậy đã đi vào văn vào thơ, vào những giai thoại dân gian. Bây giờ với Ánh Tuyết, một ca sĩ Quảng Nam, nó đi vào nhạc. Âu cũng là một lẽ tự nhiên.

Khi nhà thơ Lý Đợi (cũng người Quảng Nam) gửi cho tôi qua email bài *Mưa chiều kỷ niệm* được hát bằng giọng Quảng, tôi nghe, thoạt đầu thì bật cười, nhưng càng nghe càng xúc động, cuối cùng là rưng rưng nước mắt. Lúc đó tôi chưa biết người hát là Ánh Tuyết. Tôi nghe đi nghe lại nhiều lần, mường tượng đó là giọng của người chị họ yêu dấu năm xưa, của cô bạn gái ngây thơ thời trung học. Càng nghe càng thấy nhớ và bồi hồi nhận ra cái chân chất trong giọng hát, trong tâm tình người Quảng chân quê.

Ánh Tuyết chưa ra album, những bài hát demo kia đã phát tán trên mạng nhanh như gió. Và tôi đọc thấy biết bao lời chia sẻ đượm thương yêu, trìu mến của người Quảng đang lưu lạc ở khắp nơi trên thế giới. Họ cảm ơn Ánh Tuyết, cảm ơn những ca khúc hát bằng giọng Quảng đã giúp những người Quảng tha hương được một lần thổn thức hoài vọng quê nhà.

Hiển nhiên, giọng Quảng không phải là giọng để chinh phục và phổ biến những ca khúc một cách chính thức, đại trà. Bên cạnh giọng Quảng, những ca khúc trong album *Duyên kiếp* còn được Ánh Tuyết trình bày bằng giọng Bắc - dành cho những thính giả chưa có "bằng B tiếng Quảng".

Rõ ràng, Ánh Tuyết thực hiện album này như là một cuộc chơi của người con xứ Quảng. Như các nhà thơ Tường Linh, Tú Rua đã từng chơi những cuộc chơi của mình.

Những cuộc chơi nghiêm túc. Và giàu ý nghĩa, ít ra là với người Quảng Nam!

13-1-2013

công viên bánh kẹo

1 Hồi nhỏ, đọc nhiều truyện cổ tích, thần thoại, tôi luôn mơ ước một ngày nào đó đi lạc vào một xứ sở suối làm bằng sữa, núi làm bằng kem và các loại cây mọc ra toàn bánh kẹo.

Ba mẹ tôi đông con, thức gì ngon cũng chia năm xẻ bảy nên tôi không bao giờ được ăn uống thỏa thuê. Giấc mơ về xứ sở diệu kỳ đó vì vậy cứ cháy âm ỉ trong tôi cho đến khi tôi đủ khôn lớn để biết rằng đó là một xứ sở hoàn toàn không có thật - giống như một Neverland mà chỉ cậu bé Peter Pan mãi mãi tuổi mười lăm mới được cư ngụ với các thần tiên của cậu.

Nhưng giấc mơ đó không lụi tàn như tôi nghĩ. Nó vẫn sống âm thầm và bền bỉ trong vô thức của tôi, bất chấp lý trí đã dùng cây bút đỏ phê bên lề giấc mơ: "hoang đường".

Khi viết bộ truyện pháp thuật *Chuyện xứ Lang Biang*, tôi đã xây dựng ở xứ sở này một "công viên các thứ kẹo", trong đó cây cối không trổ ra trái mà trổ ra toàn kẹo - một nơi chốn tuyệt vời dành cho trẻ con. Khi mô tả về công viên thiên đường này, tôi hoàn toàn không nghĩ ngợi gì, ngòi bút chỉ nương theo mạch truyện nhưng khi đọc lại tôi biết chính giấc mơ thời thơ ấu đã dẫn dắt ngòi bút của tôi...

2 Cho đến một ngày, tôi bắt gặp trái sa kê (tất nhiên trái sa kê không liên quan gì đến... rượu sa kê của người Nhật vốn làm từ ngũ cốc).

Trái sa kê dĩ nhiên là... một loại trái cây. Nhưng nếu xách giỏ ra chợ, bạn sẽ không thể tìm thấy nó ở các gian hàng bán trái cây. Loại trái này người ta bày bán chung với khoai lang, khoai mì, khoai môn, tức là người bán xem nó như một loại củ.

Củ dĩ nhiên khác với trái. Củ phát triển chủ yếu từ rễ cây, hoặc thỉnh thoảng thân cây, thường vùi dưới đất. Ngược lại, trái mọc trên cành, kết từ hoa. Các chuyên gia về sức khỏe vẫn phân biệt củ với trái trong cụm từ "rau củ quả" quen thuộc. Nhưng với hàm lượng tinh bột của mình, trái sa kê hoàn toàn xứng đáng liệt vào loại củ.

Lần đầu tiên ăn trái sa kê, được một người bạn chiên lên thết đãi, tôi ngạc nhiên vô cùng. Nếu ai chưa từng ăn qua loại trái cây này, chắc chắn sẽ nhầm nó với khoai lang hoặc khoai tây - thực ra hương vị của nó nằm giữa hai loại khoai này. Nhiều người nhận ra nó có vị bánh mì mới nướng, nên trái sa kê còn có tên là trái bánh mì (breadfruit). Ở đây mở ngoặc nói thêm: trái sa kê do đặc thù của mình đã làm "tréo giò" các chuyên gia sức khỏe vốn hay khuyên con người ta giảm béo bằng cách ăn nhiều rau quả thay cho tinh bột. Trong khi nếu xực "quả sa kê" liên tục, cơ thể rất có nguy cơ... phình ra như cột đình!

3 Nhà bạn tôi trồng cây sa kê ở phía sau vườn. Vườn nhỏ, cây sa kê thì cao, tán lá to quẹt vào

tận lan can. Trái sa kê có bề ngoài giống hệt trái mít nhưng nhỏ hơn. Lúc đứng trên tầng hai ngắm khu vườn nhỏ, tôi bảo "Cây sa kê này chả đẹp mắt tí nào, nhìn không thơ mộng gì hết. Nếu tôi là ông, tôi đốn cây này lấy chỗ trồng cây bàng cho đẹp". Nhưng đến khi ăn những lát sa kê chiên bạn đãi, tôi lập tức đổi ý: "Vườn nhà ông mà rộng, trồng khoảng mười cây sa kê thì khỏi sợ đói".

Thực ra, nhiều quốc gia nhiệt đới từ lâu đã xem sa kê là... lương thực. Nếu trồng ở nơi có khí hậu thích hợp, một cây sa kê có thể cho ra sản lượng 200 trái mỗi năm.

Tôi không phải là nhà nông học, nên về chuyện thu hoạch chỉ nghe và nhớ loáng thoáng thế thôi. Trong đầu tôi lúc đó chợt hiện ra trái óc chó, một tên gọi dân dã của trái hồ đào. Hạt trái óc chó hơi đăng đắng, nhưng cái đắng thoang thoảng đó chỉ làm tôn thêm vị thơm ngon của loại hạt này. Chẳng biết người khác cảm nhận thế nào, với tôi hạt trái óc chó nếu cho vào lò vi ba chừng vài phút, khi lấy ra ăn vị ngọt, bùi, thơm của nó rất giống một loại bánh ngon.

Trên thực tế, hạt trái óc chó cùng với nho, hạt hạnh nhân là những thứ không thể thiếu với các bà nội trợ khi làm bánh. Về giá trị dinh dưỡng của trái óc chó, các chuyên gia sức khỏe ca ngợi tận mây xanh: ngăn ngừa bệnh tiểu đường, sỏi mật, bảo vệ xương, củng cố sức khỏe tim mạch, thậm chí cải thiện khả năng sinh lý của nam giới...

Về phần tôi, tôi quan tâm đến trái óc chó, cũng như trái sa kê, không phải vì chúng củng cố tim mạch hay củng cố... khả năng làm đàn ông, mà vì chúng củng cố giấc mơ thời niên thiếu của tôi: Con người hoàn toàn có thể tạo ra một xứ sở ở đó cây trổ ra bánh và bánh mì, trước khi tiếp tục phát hiện các giống cây trổ ra loại trái có hương vị của kẹo ngon vào một ngày đẹp trời nào đó. Để công viên bánh kẹo không chỉ tồn tại trong tiểu thuyết nhờ vào trí tưởng tượng của nhà văn mà là một khu vườn Eden có thật ở trên đời. Và nhất là, để những giấc mơ trẻ thơ dù có đi xa vạn dặm vẫn còn tìm được lối quay về.

18-8-2013

"ôm một chùm hoa
trong chiếc găng tay"

1 "Đã thành lệ, lâu nay cứ đến chín giờ tối tôi
pha một cốc cà phê, rồi cầm theo chiếc ghế nhỏ ra
trước hành lang tầng 1 của một chung cư ở Chợ
Lớn, nơi tôi đang ở, ngồi nhâm nhi vừa ngắm trời
ngắm đất". Rất có thể một hôm nào đó bạn lơ
đễnh viết một câu như thế trong bài tùy bút hay
ký sự, nếu bạn là nhà văn hay nhà báo.

Câu văn trên đây không có gì sai về mặt hình thức. Nhưng về mặt nội dung thì rất đáng ngờ, nếu quả thật cái chung cư mà bạn đang nói đến nằm ở Chợ Lớn. Bạn cũng biết rồi đó (ờ, mà có thể bạn chưa biết), sống ở quận 5 thì chỉ có thể "ngắm đất": nhìn xe cộ chạy qua chạy lại, ngắm các bảng hiệu điện tử chớp nháy cho vui mắt. Chứ "ngắm trời" thì vô phương.

Tất nhiên bạn vẫn có thể ngẩng đầu nhìn lên, mở thật to hai mắt nhưng nếu trước mặt bạn là một bức màn đen kịt thì khó có thể gọi là "ngắm". Ngắm thì phải có cái gì đó để ngắm, nhất là phải có hứng thú.

Nếu bạn ở quận 5, quận 1, quận 3, thử ngước mắt nhìn lên bầu trời đêm một lần đi, bạn sẽ cảm nhận được điều tôi nói.

2 Khoảng hai năm nay, thỉnh thoảng tôi chạy xe ra khu Phạm Ngũ Lão ở quận 1 vào lúc 6 giờ chiều, ghé vào một quán quen nằm ngay góc phố, leo lên một cầu thang ọp ẹp để ra ngồi trước cái lan can hình chữ L, uống vài chai bia và thơ thẩn nhìn xuống đường.

Khu Phạm Ngũ Lão người ta vẫn gọi là phố Tây, vì người nước ngoài trú ngụ, sinh sống ở đây khá đông. Ngồi trên tầng 1 ngay ngã ba đường nhìn xuống, ngắm ông Tây đi qua bà đầm đi lại, có cảm giác như đang du lịch ở nước ngoài.

Nhưng cũng như ở quận 5, tới quận 1 tôi cũng chỉ có thể "ngắm đất". Suốt hai năm ngồi trước lan can quán, đêm nào cũng ngước mắt lên trời, thỉnh thoảng tôi mới nhìn thấy một ngôi sao nhỏ nằm bên tay phải, luôn luôn ở vị trí đó. Đó là ngôi sao duy nhất tôi nhìn thấy trên bầu trời quận 1. Thoạt đầu tôi nghĩ chắc do thời tiết, nhưng về sau tôi biết là mình nhầm. Những đêm khô ráo, trăng treo lơ lửng trên đầu, cũng chẳng có ngôi sao nào tháp tùng, ngoài ngôi sao lẻ loi tôi từng nhìn thấy.

Như vậy, nguyên nhân nằm ở bầu không khí bị ô nhiễm quá nặng. Hằng ngày, chúng ta đi lại trên mặt đất, không biết trên đầu chúng ta đang lơ lửng hàng tấn bụi, hàng tấn benzen và NO_2. Bức màn bụi đó không che được mặt trời, mặt trăng, nhưng các ngôi sao đã bị bít lối về.

3 Nhớ thời còn khoác áo thanh niên xung phong đào kênh ở Củ Chi, phiên gác đêm nào cũng diễn ra dưới bầu trời sao chi chít. Sao nhiều và đẹp đến mức nhân một chuyến về phép thành phố,

tôi không cưỡng được ý định mò tới Thư viện Tổng hợp mượn cuốn sách về bầu trời sao để đem về mò mẫm. Nhờ vậy, tôi nhận biết được chòm sao Hiệp Sĩ - đỉnh chòm sao luôn luôn quay về hướng bắc. Tôi biết chiếc thắt lưng của chàng gồm ba ngôi sao sáng nhất tạo thành chòm sao Cày (*Sao Cày ba cái nằm ngang* - ca dao). Tôi cũng thấy được chòm Song Nam bên vai phải của chàng Hiệp Sĩ.

Bây giờ về thành phố, tôi không chia sẻ được điều đó với ai. Giả như một bạn đọc nhỏ của tôi thấy tôi nhắc đến chòm Hiệp Sĩ trong sách, tò mò hỏi "chòm sao Hiệp Sĩ là chòm sao nào đâu chú?", tôi đành bó tay.

Ngắm sao là một cái thú. Nó gợi nên cảm xúc, làm chúng ta yêu và gắn bó với thiên nhiên. Nó làm thăng hoa tình cảm con người. Vì vậy, xưa nay sao luôn đi vào thơ, vào văn, vào nhạc, vào tranh. Truyện *Những vì sao* của Alphonse Daudet là tác phẩm gắn với tôi từ thời còn bé, đến giờ tôi vẫn còn yêu. Ca dao viết *"Sao Rua chín cái nằm kề/ Thương em từ thuở mẹ về với cha"*. Chòm sao Rua (cũng gọi sao Tua, hay Tua Rua) lãng mạn đó nằm ở đâu? Nếu ở Củ Chi, bạn sẽ thấy chòm sao này nằm ở bên trái thắt lưng của chàng Hiệp Sĩ, ngay sau sao Kim Ngưu. Ở thành phố, chòm sao đó chỉ nằm trong tâm tưởng.

Sao không chỉ gợi hứng cho nghệ thuật. Người nông dân ngắm sao để đoán thời tiết. Nhà thiên văn ngắm sao để nghiên cứu khoa học. Nhà chiêm tinh ngắm sao để xem vận người. Các quan thiên tượng ngắm sao để đoán mệnh trời. Dồn các vị này về thành phố, các vị thất nghiệp là cái chắc! Sao đâu mà ngắm với nghía!

4 Cư dân thành phố nếu nhìn trời chỉ có thể đoán... sức khỏe. Ban đêm ngước mặt trông lên hổng thấy ngôi sao nào là biết chất lượng không khí chung quanh mình ra sao. Theo tiến sĩ Nguyễn Đình Tuấn ở trường đại học Tài nguyên và Môi trường, nồng độ chì trong không khí ở thành phố Hồ Chí Minh hiện nay vượt khá cao so với quy chuẩn của nhiều nước trên thế giới; và xét mức độ ô nhiễm không khí tại thành phố năm 2010, Ngân hàng Thế giới xếp thành phố Hồ Chí Minh vào nhóm 10 thành phố có mức độ nhiễm bụi cao nhất thế giới chủ yếu do nguồn khí thải công nghiệp và giao thông vận tải, trong đó ô nhiễm do ôtô và xe máy chiếm phần lớn. Mỗi ngày bệnh viện Tai Mũi Họng thành phố đón gần 1.000 người đến khám. Số bệnh nhân viêm xoang, viêm mũi ngày một tăng cao, hầu hết đều do hít khói bụi.

Nói đến đây mới nhớ: ngoài mắt, con người ta còn có mũi. Bạn không cần nhìn lên bầu trời đêm vẫn đánh giá được mức độ ô nhiễm không khí và tình trạng sức khỏe của mình nếu chẳng may bạn bị viêm mũi. Một ngày bạn đi Bến Tre, xe đò chạy ra tới Bình Chánh, mũi bạn đã thấy khác. Tới phà Rạch Miễu, hơi thở đã thông thoáng hơn. Tới Mỏ Cày, chứng khụt khịt biến mất. Càng xa thành phố, cái mũi càng ngon lành. Ngày về, bạn sẽ thấy xảy ra trình tự ngược lại. Càng đến gần nội thành, mũi bạn càng khó thở. Về tới nhà, chắc chắn nó đã nghẹt mất một bên, đôi khi hai bên. Như vậy, ngồi trên ôtô nhắm mắt bịt tai, chỉ dựa vào cái mũi thôi, bạn có thể nói vanh vách xe đang đi tới đâu, dừng tại chỗ nào. Tất nhiên chẳng ai muốn sở hữu "cái mũi thông tuệ" đó.

5 Trong bài thơ nổi tiếng *Hương thầm*, nhà thơ Phan Thị Thanh Nhàn mô tả tình cảm thầm kín của một cô gái đang yêu: *"Giấu một chùm hoa trong chiếc khăn tay/ Cô gái ngập ngừng sang nhà hàng xóm"*. Chuyện này xảy ra ở Hà Nội, nhưng là Hà Nội thời xưa. Hà Nội bây giờ tình trạng ô nhiễm không khí e rằng cũng chẳng khác Sài Gòn là mấy, mượn hương hoa "thay lời muốn nói" là một lựa chọn quá phiêu lưu. Còn ở Sài Gòn chuyện *"Cô gái như chùm hoa lặng lẽ/ Nhờ hương thơm nói hộ tình yêu"* chắc chắn là vô vọng.

Nếu cô gái e lệ của nhà thơ Phan Thị Thanh Nhàn sống ở thời buổi này, cần trải lòng có khi cô phải *"Ôm một chùm hoa trong chiếc găng tay"* hươ qua hươ lại trong không trung may ra chàng trai mới biết. Ôi, mũi của chàng!

16-6-2013

đừng để "qua phà"!

1 Hai đứa cháu ở Mỹ về chơi, đứa mười tuổi, đứa tám tuổi. Hôm trước, người mẹ dắt hai con nhỏ đi Vũng Tàu. Về, chúng thích quá, đòi đi biển tiếp. Tôi góp ý "Đi Cần Giờ cho gần". Cần Giờ là một huyện duyên hải thuộc thành phố Hồ Chí Minh, cách quận 1 khoảng 50 cây số. Ngoài mé phía Nam giáp biển Đông, Cần Giờ giáp với Long An và Tiền Giang tại sông Soài Rạp, giáp với Đồng Nai tại sông Lòng Tàu, giáp với Bà Rịa - Vũng Tàu tại sông Thị Vải. Bốn bề là nước, gọi Cần Giờ là một hòn đảo cũng không có gì là cường điệu.

Lúc xe dừng ở phà Bình Khánh, tài xế cho hai đứa cháu ngồi trên ôtô, riêng người lớn phải xuống xe đi bộ lên phà. Nhưng lúc về, hai thằng nhóc không chịu. Chúng nằng nặc đòi xuống xe đi bộ. Để ngắm cảnh. Và để ngắm... phà. Vì từ khi sinh ra và lớn lên tại Mỹ, chúng chưa thấy phà bao giờ.

Hai đứa nhóc làm tôi nhớ lại lúc tôi mới vào Sài Gòn học đại học, bạn bè rủ xuống miền Tây chơi. Tôi đã ngẩn ngơ hằng giờ khi qua phà Rạch Miễu, ngạc nhiên khi thấy phà không chỉ chở người mà còn chở cả ôtô. Chiếc phà to đùng như tòa nhà đó đối với tôi chẳng khác nào một kỳ quan.

2 Quê tôi không có phà. Chỉ có ghe, thuyền. Sau này, tôi thấy thêm những chiếc tàu thủy chở ôtô đi lại trên sông Sài Gòn. Nhưng tàu thủy đi sông đi biển, không giống phà. Phà chỉ đưa người và xe từ bờ bên này sang bờ bên kia. Giống đò ngang quê tôi. Nhưng đò ngang miền Trung

so với phà miền Tây giống như thần lằn so với khủng long. Hồi tôi còn bé, thấy đò ngang chỉ chở được xe đạp.

Nhưng điểm khác biệt căn bản là phà nằm trên trục lộ giao thông. Chỗ nào chưa bắc cầu thì khách đi phà qua sông. Còn các bến đò ở miền Trung thông thường không nằm trên đường giao thông chính. Qua sông đã có cầu, nhưng một cây cầu không thể giải quyết trọn vẹn nhu cầu qua lại của cư dân hai bên bờ. Thế là các bến đò xuất hiện dọc sông. Hồi tôi mười một, mười hai tuổi, ra Huế chơi, ở bên này sông Hương theo mẹ đi chợ Đông Ba bên kia sông, toàn đi bằng đò. Đi qua cầu Tràng Tiền thì không thuận tiện, vì nhà ở cách cầu quá xa.

Gần đây về Đà Nẵng, thấy cầu mọc lên liên tục, san sát. Có lẽ đó là cách đáp ứng nhu cầu giao thông của dân cư hai bên bờ sông Hàn mà không cần tới đò ngang.

3 Quay lại chuyện phà. Năm mười tám tuổi, lần đầu tiên đi phà, tôi cao hứng rưng rưng sáng tác bài thơ *Qua phà Rạch Miễu*, tiếc là lâu quá bây giờ chỉ nhớ mỗi tên bài thơ. Từ Mỹ Tho qua phà Rạch Miễu là tới Bến Tre. Muốn đi Mỏ Cày, phải qua một cái phà nữa là phà Hàm Luông. Đó

là nói cách đây ba năm. Bây giờ người ta đã xây cầu, phà đương nhiên lui vào dĩ vãng. Hai bến phà nổi tiếng nhất miền Tây bắc qua sông Tiền và sông Hậu là phà Mỹ Thuận và phà Cần Thơ, chúng ta vẫn quen gọi là bắc Mỹ Thuận và bắc Cần Thơ (*bac* = phà trong tiếng Pháp) cũng biến mất, thay vào đó là những cây cầu Mỹ Thuận, cầu Cần Thơ hiện đại. Ở thành phố Hồ Chí Minh, phà Thủ Thiêm bây giờ cũng chỉ còn trong ký ức thị dân Sài Gòn kể từ ngày hầm ngầm Thủ Thiêm được khánh thành.

Cầu dĩ nhiên thuận tiện cho việc đi lại hơn phà. Từ quận 1 đi tới bến phà Bình Khánh chừng 30 phút, nhưng chờ phà có khi hơn nửa tiếng. Cái đó gọi là "kẹt phà". "Kẹt phà" đã "đau", nhưng ức nhất là bị "qua phà". Tức là xe mới trờ tới thì phà cũng vừa rời bến trong tích tắc. Lại phải è cổ đợi. Tình cảnh bị "qua phà" nó ấm ức đến nỗi đi luôn vào trong lời ăn tiếng nói hằng ngày: "Cho nó 'qua phà' đi!" (ý là "bỏ nó lại" - nói về một người bạn đến trễ bắt cả nhóm đứng đợi), "Tới gì trễ hoắc, 'qua phà' rồi 'em' ơi!" ("hụt một bữa ăn hay bữa nhậu")...

4 Phà không tiện lợi bằng cầu, nhưng phà có cái thú vị của phà. Chỗ ngồi của phà là băng ghế dọc

hai bên, hai tầng, có cầu thang ngắn dẫn lên tầng trên (các loại ôtô, xe máy đậu ở giữa), giống như xe đò nhưng rộng rãi, thoáng đãng hơn nhiều. Khách ngồi dọc băng ghế, tha hồ ngắm cỏ cây hai bên bờ, ngắm chim vừa bay vừa kêu ríu rít trên đầu, ngắm lục bình trôi lênh đênh trên sóng nước khi phà chầm chậm trôi, ngắm ôtô chen chúc ở khoang giữa như cá hộp, ngắm những người bán hàng rong chào mời hay những người ngồi trên xe gắn máy thản nhiên lôi báo ra đọc trong khi chờ phà cập bến...

Đang ngồi ôtô phóng vù vù, quãng thời gian ngồi phà là quãng thời gian thong thả, giống như giờ ra chơi của học trò sau các tiết học căng thẳng. Nó làm đầu óc và cả nhịp tim của con người hiện đại chậm lại, thư thái, bình an, những tâm hồn lãng mạn tha hồ trôi bồng bềnh theo màu xanh của cây lá ven bờ, theo từng làn gió mát rượi cù mơn man nhồn nhột trên người... Về sau tôi biết thêm các loại phà vận tải chuyên dụng chở đất cát hoặc các thứ cồng kềnh khác, nhưng phà chở khách qua sông vẫn là hình ảnh thú vị nhất.

Phà Bình Khánh sẽ trở thành cầu Bình Khánh nối Nhà Bè và Cần Giờ một ngày nào đó. Ôtô rồi sẽ tha hồ phóng vụt qua. Thời gian di chuyển được rút ngắn, nhưng những "học trò" trên ôtô sẽ không còn nữa "giờ ra chơi" lý thú...

Cho nên mới nói, ai chưa được đi phà, hoặc ai yêu phà nên nhanh chóng đi Cần Giờ, hoặc đi những nơi nào còn phà. Chậm chân, nấn ná, đợi người ta xây cầu rồi, bạn bị "qua phà" ráng chịu!

21-7-2013

mùa hè đợi Andreas

1 Bây giờ thì tôi đã biết ông tên là Andreas, người Hà Lan.

Nhưng cách đây hai năm, lúc ông dẫn hai đứa trẻ đến quán Đo Đo vào một trưa hè nắng nóng, tôi hoàn toàn không biết ông là ai. Một ông Tây dắt hai đứa con nít vô quán ngồi kêu món cá hấp cuốn bánh tráng khiến cả thực khách, nhân viên trong quán lẫn tôi đang ngồi bàn bên cạnh đều trố mắt ngạc nhiên. Ngạc nhiên không phải vì món ăn ông kêu (khách nước ngoài, đặc biệt là khách Nhật Bản rất khoái các món cá), mà vì những đứa trẻ con đi với ông. Đứa lớn, con gái, trạc năm tuổi, nhìn bề ngoài thì có thể đoan chắc nó là người Việt. Trong khi đứa con trai khoảng một tuổi ngồi gọn lỏn trong chiếc xe nôi xét về mặt mũi tóc tai thì nó đích thị là đứa bé Tây.

Hôm đó chỉ có ông và đứa lớn ăn. Đứa bé ngoan ngoãn nằm trong xe nôi, ôm bình sữa bằng hai tay, thích thú như ôm một món đồ chơi, mớ tóc xoăn vàng hoe của nó in lên nền vải xanh khiến nó chẳng khác một thiên thần.

Ba hôm sau, tôi lại thấy ông đến quán, vẫn với hai đứa nhỏ đi theo. Lần này, ông kêu món bún thịt nướng. Cũng như lần trước, trong khi ông và đứa con gái vừa ăn vừa thầm thì trò chuyện, đứa bé thiên thần nằm trong xe nôi thưởng thức bữa trưa của mình bằng cách ôm bình sữa mút chùn chụt.

2 Cả hai lần tôi đều nhìn thấy ông nhưng không tiện hỏi chuyện. Sau đó tôi không gặp ông nữa. Có thể ông đi khỏi Sài Gòn, hoặc ông về nước. Có thể ông vẫn ở thành phố này nhưng đang khám

phá ẩm thực Việt Nam ở một quán ăn khác. Cũng có thể ông vẫn đến quán Đo Đo nhưng những lúc ông đến thì tôi không có mặt ở đó.

Rồi tôi quên bẵng ông.

Tôi quên ông đúng mười hai tháng.

Mùa hè năm sau, tôi vô cùng ngạc nhiên khi lại nhìn thấy ông lò dò đến quán Đo Đo, vẫn với hai đứa trẻ ngày nào. Đứa con gái bây giờ lớn hơn một tuổi, cao lên được một chút. Đứa con trai hai tuổi, đã biết đi lẫm chẫm, thỉnh thoảng được ông bế trên tay, chiếc xe nôi không còn lệt xệt bên cạnh.

Hôm đó ông là người chào tôi trước, có lẽ ông mừng rỡ nhận ra ông đã gặp tôi tại quán ăn này vào mùa hè năm ngoái.

Dĩ nhiên tôi chào lại ông, cũng mừng rỡ không kém.

Cái cách tôi và ông chào nhau giống như hai người bạn thân lâu ngày gặp lại, điều đó giúp tôi dễ dàng hơn trong lần đầu tiên bắt chuyện với ông.

3 Cách đây bốn năm, Andreas sang Việt Nam công tác và phải lòng một phụ nữ ở một thành phố ven biển. Đó là một phụ nữ xinh đẹp, từng

có một đời chồng, bây giờ đang sống với một đứa con riêng. Tuân theo mệnh lệnh của trái tim, Andreas cưới người phụ nữ đó làm vợ, sau đó đưa cả hai mẹ con về Hà Lan. Nhưng cuộc sống không êm đềm như Andreas nghĩ. Sau khi có với Andreas một đứa con, người phụ nữ đó đột ngột đòi chia tay ông để đi... lấy chồng khác, bỏ lại cả đứa con chung lẫn đứa con riêng cho ông nuôi.

Hoàn cảnh Andreas rơi vào thật trớ trêu, nhưng những chuyện như thế không phải là hiếm trong cõi nhân gian phức tạp này. Nếu có điều gì đặc biệt thì đó là Andreas rất yêu thương đứa con riêng của vợ. Người mẹ phụ bạc ông, nhưng đứa con gái không có lỗi gì, thậm chí còn đáng thương hơn: Cô bé đã không có cha, bây giờ lại không còn cả mẹ.

Đó là ý nghĩ của Andreas. Kể từ ngày đó, Andreas phải vừa làm bố vừa làm mẹ đứa con riêng của người phụ nữ từng là vợ mình.

4 Nhưng điều đặc biệt hơn cả đặc biệt là tới một lúc ông bố khốn khổ kia chợt sợ rằng cô con gái của mình sẽ quên mất tiếng mẹ đẻ. Vợ ông, người có thể giúp cô bé trau dồi tiếng Việt thì đã bỏ đi rồi. Còn ông chỉ nói tiếng Việt được dăm câu lõm bõm.

Thế là cứ mỗi độ hè về Andreas lại quyết định đưa cô con gái về Việt Nam. Để cô không quên đất nước cô. Để cô được nói tiếng Việt với đồng bào cô. Tất nhiên Andreas không thể để đứa con chung ở nhà một mình. Ông không còn cách nào khác là phải loay hoay ẵm thằng bé theo.

Bây giờ thì tôi đã hiểu tại sao một ông Tây lúc nào cũng đi kèm một đứa trẻ Tây và một đứa trẻ Việt. Cách đối xử của Andreas với đứa con riêng của vợ làm tôi cảm động bao nhiêu thì cách đối xử của ông với tiếng Việt càng làm tôi khâm phục bấy nhiêu.

Andreas còn đi xa hơn trên con đường tìm về nguồn cội cho đứa con gái: Ông đưa cô bé về quê ngoại để cô bé thăm viếng bà con họ hàng. Cũng để cho đứa con trai hai tuổi biết được quê mẹ của mình.

Đó là câu chuyện tôi được nghe một năm trước.

Những ngày này, hoa phượng đã chói chang ở nhiều góc phố và tiếng ve râm ran trên các tàng cây báo hiệu một mùa hè nữa đang về.

Ngày nào tôi cũng ra ngồi ở quán Đo Đo, đợi Andreas. Tôi biết thế nào ông cũng quay lại, với hai đứa trẻ bây giờ đã thành một hình ảnh quen thuộc với tôi...

8-6-2014

cuốn theo chiều gió

1 Atlanta tháng 12, trời chớm đông nhưng các cành cây hai bên con đường từ sân bay Hartsfield-Jackson dẫn vào thành phố phụ cận Lawrenceville đã trụi hết lá. Trừ những cây lá kim níu giữ được màu xanh, các loại cây khác đều trơ cành khẳng khiu. Ở khu Village of Telfair núi đồi đẹp như tranh vẽ, nhà bên này đã có thể trông rõ nhà bên kia qua những cành khô. Cỏ trong vườn đã nhuộm màu xám lông thỏ, có cả lá khô lẫn vào, mỗi lần đặt chân lên đều nghe tiếng lạo xạo. Khoảng gần 10 giờ sáng, mặt trời nhích lên một cách lười biếng bên kia đồi, nắng chảy tràn qua những cành nhánh bây giờ đã như những chiếc que và lũ sóc bắt đầu một ngày mới bằng cách rủ nhau ra vườn lượm hạt.

Khi nắng lên, tôi thường ra ngồi trên chiếc ghế xích đu trước hiên nhà, ngắm lũ sóc tung tăng và dõi mắt theo những chiếc lá phong vàng chao liệng khá lâu trong không trung trước khi đáp xuống trước mũi giày, có cảm giác mình là anh chàng Forrest Gump trong cảnh Forrest ngồi ở trạm chờ xe buýt với hình ảnh chiếc lông vũ phiêu du trong gió hàng buổi trước khi đáp xuống cạnh chàng khờ có lẽ là vĩ đại nhất trong lịch sử điện ảnh thế giới.

Theo biểu đồ thời tiết trên internet, tháng 12 thành phố Atlanta (và cả tiểu bang Georgia nói chung) có nhiệt độ thấp nhất khoảng 2^0C, nhưng những ngày tôi ở đây nhiệt độ xuống dưới 0^0C là bình thường. Chỉ hôm nào có mưa, trời có vẻ ấm hơn.

2 Vào một buổi sáng mưa nhẹ như mưa xuân Hà Nội, tôi đến thăm ngôi nhà của nữ văn sĩ

Margaret Mitchell cách nơi tôi ở khoảng 30 phút ôtô. Căn nhà xinh xắn nằm ở số 990 Peachtree Street (phố Cây Đào - một cái tên rất thơ mộng) ẩn hiện trong màn mưa bụi. Tôi đứng bên kia đường nhìn sang, sẵn sàng đội một chút mưa để có thể ngắm lâu hơn nơi ở của tác giả tiểu thuyết *Cuốn theo chiều gió* cách đây gần một thế kỷ trước khi bà qua đời vì tai nạn giao thông. Tôi cố mường tượng lại những con đường Atlanta bùn lầy thời nội chiến Hoa Kỳ tác giả từng mô tả trong truyện nhưng thật khó để hình dung khi thời gian đã xóa nhòa tất cả.

Bên trong ngôi nhà thật ấm cúng. Mặc dù thời tiết không thuận lợi, tôi vẫn thấy khá nhiều du khách Slovenia, Pháp, Brazil, Tây Ban Nha khẽ khàng đi lại trên các tấm thảm màu lông chuột trong phòng trưng bày, dĩ nhiên không thiếu các du khách Mỹ đến từ các tiểu bang khác.

Tôi không biết có đầy đủ hay không, nhưng ở đây giới thiệu khá nhiều các ấn bản *Cuốn theo chiều gió* qua các thời kỳ. Có cả các bản DVD *Cuốn theo chiều gió* sản xuất năm 1939 do Clark Gable và Vivien Leigh thủ vai Rhett Butler và Scarlett O' Hara. Những ai đã xem nhiều bộ phim chuyển thể từ các tác phẩm văn học có lẽ dễ dàng đồng ý rằng *Cuốn theo chiều gió* do Victor Fleming đạo diễn ở trong số rất hiếm những tác phẩm điện ảnh hầu như không có khoảng cách với tiểu thuyết gốc. Bộ ria mép trứ danh của Clark Gable trong vai Rhett Butler ngay từ khi xuất hiện trên màn bạc đã trở thành một hình ảnh bất hủ.

3 Vì vậy không có gì ngạc nhiên khi bên cạnh các cuốn tiểu sử Margaret Mitchell, ở đây cũng trưng bày (và bán, tất nhiên) các sách chân dung của Clark Gable, Vivien Leigh. Và điều khiến tôi thích thú nhất là nơi đây bày bán rất nhiều sản phẩm thiết kế từ sách của Margaret Mitchell như các loại poster, postcard, huy hiệu, túi xách, ly tách, móc khóa... trên đó in hình tác giả, các diễn viên Clark Gable, Vivien Leigh, và dĩ nhiên không thể thiếu diễn viên tài năng Hattie McDaniel trong vai Mammy, bà vú thẳng tính và đáng yêu của Scarlett. Những mặt hàng lưu niệm đó làm tôi liên tưởng đến tiệm sách Kính Vạn Hoa của tôi với những sản phẩm và ý tưởng tương tự.

Trên tường có treo các bức ảnh Margaret Mitchell thời trẻ, cả những thủ bút của bà. Chiếc bàn bà ngồi làm việc lúc cộng tác với tờ Atlanta Journal và những chiếc máy đánh chữ cổ lỗ nhãn hiệu Underwood và Royal cũng có thể tìm thấy tại đây. Bên cạnh các tập sách tranh giới thiệu trang phục miền Nam thời xưa, nhà bảo tàng Margaret Michell còn xuất bản tờ thông tin The Scarlett Letter ra một năm bốn kỳ (số mỏng nhất 8 trang, số dày nhất 20 trang) dựa theo bốn mùa xuân hạ thu đông.

4 Khi rời khỏi ngôi nhà của nữ văn sĩ Margaret Michell dưới màn mưa lấm tấm như rắc bột, tôi chợt nhớ đến tập sách tranh giới thiệu các loại quân phục của quân đội miền Bắc và quân đội miền Nam thời nội chiến trong phòng trưng bày. Atlanta, quê hương nhà văn Margaret Michell, bối cảnh của tác phẩm *Cuốn theo chiều gió*, chính là căn cứ địa của Liên minh miền Nam chống lại Chính phủ liên bang miền Bắc trong cuộc nội chiến kéo dài 4 năm bắt đầu từ tháng 4/1861. Năm 1864, Atlanta bị quân đội miền Bắc bao vây trong 117 ngày trước khi tuyên bố đầu hàng, bước ngoặt dẫn đến sự kết thúc chiến tranh vào mùa xuân 1865. Ba mươi lăm năm sau, nhà văn Margaret Michell cất tiếng khóc chào đời và thêm ngần ấy năm nữa tác phẩm *Cuốn theo chiều gió* được xuất bản và trở thành một trong những cuốn sách bán chạy nhất thế giới.

Bây giờ, xem lại các hình ảnh cuộc nội chiến

Hoa Kỳ trong thế kỷ 19 qua quân phục Bắc - Nam được giới thiệu như một tư liệu lịch sử, đặc biệt sau khi thăm một số di tích khác liên quan đến cuộc nội chiến 1861-1865 rải rác nhiều nơi ở Atlanta, tôi thấy người Mỹ nhìn lại cuộc nội chiến của mình bằng con mắt rất nhẹ nhõm.

Hiển nhiên đi ra khỏi một cuộc chiến tranh không hề là điều dễ dàng, nhưng giống như câu nói mạnh mẽ của nhân vật Scarlett O' Hara ở cuối sách lúc cô đang đứng giữa trang trại Tara hoang tàn: "Sau tất cả, ngày mai là một ngày khác", người Mỹ đã biết cách lấp đi hố ngăn cách trong lòng mình, sẵn sàng nắm tay nhau để làm những gì tốt đẹp nhất vì tương lai nước Mỹ.

Trên đường về, lúc chạy xe ngang qua nhà bảo tàng World of Coca Cola nguy nga bề thế, thứ nước ngọt ra đời ở Atlanta chỉ hai mươi năm sau chiến tranh để nhanh chóng trở thành một trong những biểu tượng toàn cầu của nước Mỹ, tôi hiểu rằng trên đất nước năng động này người ta biết cách hòa giải với lịch sử, và khi người ta không mải vùi mình vào quá khứ thì những lực cản trên đường đi sớm muộn gì cũng *cuốn theo chiều gió* như những chiếc lá phong úa màu tôi đang nhìn thấy qua cửa kính ôtô...

5-1-2014

từ những
câu chuyện ấu thơ

*Bao giờ cũng vậy, tôi luôn luôn bắt gặp mình
cảm động khi trông thấy một em bé ngồi say sưa
đọc sách. Em ngồi trên chiếc băng dài ở trạm
chờ xe buýt, dán mình trên ghế đá trong công
viên hay tựa lưng vào chiếc ghế nhựa mềm ở
một quán cà phê lắp kính. Em bảy hoặc tám
tuổi, luôn có người lớn đi kèm, nhưng trong khi
bố mẹ hay anh chị ngồi tán gẫu bên tách cà phê
hay đang đuổi theo một quả cầu lông trên bãi cỏ
thì em ngồi đó, một mình một thế giới, soi mặt
vào trang sách bằng vẻ hạnh phúc rạng ngời.*

1 Tôi tin mọi trẻ em trên thế giới đều thích nghe kể chuyện. Tôi nhớ ở vào cái tuổi chưa biết đọc, anh em tôi mỗi tối trước khi đi ngủ đều chen chúc giành giật nhau để được nằm cạnh bà tôi. Chỉ để được là đứa nằm gần bà nhất khi bà kể chuyện. Cũng lạ, tiếng bà kể trong đêm nằm đâu nghe cũng rõ, nhưng đứa nào cũng thích được nằm cạnh bà, như thể chạm vào bà thì hình ảnh trong các câu chuyện sẽ lung linh hơn.

Ba tôi đi làm xa nên những câu chuyện đầu tiên tôi nghe được là từ bà tôi và chú tôi. Bà tôi kể tôi nghe chuyện *Tấm Cám, Thạch Sanh, Cây tre trăm đốt, Đôi hia bảy dặm...* Chú tôi lại thích kể chuyện Tôn Ngộ Không, Na Tra và một số chuyện trong *Nghìn lẻ một đêm* như *Aladin và cây đèn thần, Alibaba và bốn mươi tên cướp...* Lúc đó, tôi ba, bốn tuổi, những câu chuyện đã vẽ ra trong trí óc non tơ như tờ giấy trắng của tôi những gam màu tuyệt đẹp. Chúng gieo vào đầu tôi những hình ảnh mới mẻ, một thế giới lấp lánh màu sắc, làm dậy lên những nỗi hồi hộp, lo lắng, mừng vui qua số phận gập ghềnh của cô Tấm, những kiếp nạn của thầy trò Đường Tăng.

2 Bà tôi và chú tôi kể mãi cũng hết chuyện. Từ khi nghe chú tôi mách những câu chuyện đó và vô số những câu chuyện tương tự được chứa trong các cuốn sách, tôi cố gắng học chữ để có thể tự mình khám phá thế giới kỳ diệu kia. Bảy tuổi, tôi mê mẩn với những cuốn *Cái ấm đất, Ông đồ bể* trong tủ sách Hồng do ba tôi mua về. Tám, chín tuổi, tôi đã mày mò đọc hết rương truyện Tàu của ông thợ hớt tóc trong làng. Rồi tôi tìm đến *Vô gia đình* của Hector Malot, *Những kẻ khốn nạn* của Victor Hugo... Tôi khóc cười qua những trang sách, ngạc nhiên thấy mình trải qua những cảm xúc mà trên thực tế tôi chưa đủ lớn để trải nghiệm ngoài đời.

Sách, như vậy, đã bồi đắp tâm hồn, làm giàu có và làm trưởng thành tình cảm một đứa bé, mài sắc một cách tự nhiên các ý niệm đạo đức qua sự yêu ghét với người hiền kẻ ác và đặc biệt mở rộng đến vô biên bờ cõi của trí tưởng tượng.

Khi tôi học lớp chín, đã đọc được nhiều sách, tới lượt các đứa em nhỏ của tôi lại tranh nhau nằm gần tôi vào những buổi tối, nhao nhao: "Anh Hai kể chuyện đi, anh Hai!".

3 Thói quen đọc sách là sự nối dài thói quen nghe chuyện dưới hình thức chủ động, như vậy, đã hình thành một cách tự nhiên với một đứa trẻ. Đó là một hành vi, một nhu cầu như chạy nhảy, bơi lội, đùa nghịch, hát hò, vẽ vời. Nhưng hạt giống của thói quen đó phải được và phải có ai gieo trồng trong đầu đứa trẻ đó từ thuở ấu thơ. Bằng những câu chuyện kể. Bằng những cuốn sách làm quà. Để nhu cầu đọc sách nảy mầm và trở thành một khát khao tự nhiên, như cỏ cây khát ánh sáng và khí trời.

Giúi cuốn sách vào tay một đứa trẻ mười bốn, mười lăm tuổi trước nay chưa từng được nghe chuyện, chưa từng rờ tới sách, suốt ngày chỉ quen cắm mắt vào game trên máy tính, ép em đọc, vì những lý do cao cả "khám phá kho báu tri thức" hay "nâng cao văn hóa đọc" như người lớn vẫn hay nói là một việc quá muộn màng, vì vậy quá nhọc nhằn, giống như ép một người chuyển máy bay khi máy bay đang ở trên không.

Trẻ em đến với sách trước hết vì niềm vui. Các em đọc sách là do thích thú chứ không phải do nghĩa vụ. Từ xưa, chúng ta vẫn nói "thú đọc sách" đó thôi. Nó cũng như thú câu cá, thú đánh cờ, thú chơi tem - hoàn toàn tự nguyện. Ngay cả khi lớn lên, đọc sách với tâm thế của nhà nghiên cứu thì trước khi khai quật các vỉa chữ bằng thao tác khoa học, tôi tin hình thức tiếp cận đầu tiên với sách của nhà nghiên cứu lỗi lạc đó vẫn là thái độ thích thú thơ trẻ của đứa bé năm xưa.

4 Em bé ngồi ở trạm chờ xe buýt, trên ghế đá công viên hay giữa quán cà phê lắp kính kia, em đến với sách hồn nhiên như đến với một người bạn. Người bạn đó đang thay thế ba mẹ, anh chị hay người bà, người chú của em để tiếp tục kể cho em những câu chuyện bất tận về tình yêu và cuộc sống. Đó là lý do tại sao trông em hạnh phúc, háo hức và tin cậy nhường kia.

Trong những buổi tặng chữ ký cho bạn đọc nhân dịp ra sách mới, tôi luôn xúc động khi nhìn thấy cảnh bà dắt cháu hay ba mẹ dắt con tới chỗ tôi ngồi. Hình ảnh đó khiến tôi nhớ đến bà tôi và chú tôi, những người đã in dấu lên trí não tôi thuở ban sơ bằng những câu chuyện đầu đời đẹp đẽ. Chính những người lớn tuyệt vời đó đã đắp nên con đường đầy hoa lá cho trẻ em đặt chân. Để rồi em lớn lên, đi đâu về đâu, quán xá, tàu xe, dọc lề đường gió bụi hay trong giờ nghỉ giữa sở làm, sách vẫn trong tay.

Em bé đó, hy vọng một ngày nào tất cả chúng ta sẽ bắt gặp trong chính nhà mình!

16-8-2013

xe đạp về đâu

(tản mạn về xe đạp)

1 Lâu lắm tôi mới đi xe đạp.

Ở thành phố chắc nhiều người giống như tôi:
từ ngày sắm được xe gắn máy rồi, chẳng ai buồn
đi xe đạp nữa. Cũng như người đã sắm được xe
đạp chẳng còn thích... đi bộ, trừ những lúc bước
ra đầu hẻm hay quán nước gần nhà uống ly cà
phê hay mua dăm điếu thuốc.

Xe là phương tiện di chuyển. Bao giờ con người ta cũng chuộng thứ gì giúp cho mình đi nhanh hơn, ít tốn sức hơn và tiết kiệm thì giờ hơn. Đó là lý do Baron Karl von Drais phát minh ra xe đạp vào đầu thế kỷ 19 và bảy mươi năm sau đến lượt Gottlieb Daimler và Wilhelm Maybach phát minh ra chiếc xe gắn máy đầu tiên. Lần lượt, theo đà tiến bộ của khoa học và sự phiêu lưu không mệt mỏi của trí tưởng tượng, con người chế tạo ra ôtô, rồi tàu thủy đi dưới nước, máy bay đi trên không, thậm chí phi thuyền bay tuốt lên mặt trăng, sao Hỏa...

Ở thôn quê, xe đạp hiện nay vẫn được sử dụng nhiều chứ ở các thành phố lớn, người đạp pêđan bằng chân ngày càng ít. Với những người như anh bạn cho tôi mượn xe chạy vòng vèo trong con hẻm nhỏ chiều hôm qua, thì chiếc xe đã chuyển mục đích sử dụng mất rồi: bây giờ thị dân đạp xe là để rèn luyện thân thể - mục đích thể thao từ lâu đã thế chỗ mục đích di chuyển. Người thành phố ít hoạt động, nhất là những ai làm việc văn phòng, thỉnh thoảng lôi chiếc xe đạp chạy tới chạy lui cho giãn gân cốt rõ ràng là một nhu cầu có thật.

2 Năm 1973, mới chân ướt chân ráo vào Sài
Gòn học đại học, thứ đầu tiên tôi cần sắm là...
một chiếc xe đạp. Đó cũng là mơ ước tột bậc của
bất cứ sinh viên nào đến từ tỉnh lẻ. Không có xe,
tôi phải cuốc bộ từ căn nhà trọ ở đường Hòa Hảo
đến trường Đại học Sư phạm ở đường Cộng Hòa
(nay là đường Nguyễn Văn Cừ) mất gần một
tiếng đồng hồ ròng rã. Có xe đạp, không những
đỡ mỏi chân mà mỗi buổi sáng tôi có thể nằm
quấn chăn trên gác trọ mơ màng thêm ba mươi
phút để đầu óc lãng đãng chập chờn trong âm
nhạc Mạnh Phát *Gác lạnh về khuya cơn gió lùa/
Trăng gầy nghiêng bóng cài song thưa/ Nhớ ai mà ánh
đèn hiu hắt/ lá vàng nhè nhẹ đưa...*". (Mở ngoặc nói
thêm: Lớp tôi học hồi đó khoảng năm mươi học
sinh, chỉ có một bạn nữ chạy Honda PC, một
bạn nam thỉnh thoảng chạy Honda dame. Còn
lại, toàn đi xe đạp).

Sau 1975, các khoa tự nhiên của Đại học Sư
phạm vẫn học ở cơ sở cũ. Riêng các khoa xã hội
dời xuống trường Đại học Vạn Hạnh, đã thành
cơ sở 2 của trường Sư phạm, nằm dưới chân cầu
Trương Minh Giảng. Lúc này kinh tế khó khăn,
tôi đành bán chiếc xe đạp bảo bối để trả nợ áo
cơm. Mỗi ngày đi học, tôi phải đón xe buýt ở
đường Nguyễn Tri Phương, đứng chen chúc như

cá hộp trong thùng xe chật ních người để đến trường và buổi chiều tự hành xác theo chiều ngược lại. Trong thời gian đó, nếu Bụt hiện lên hỏi tôi muốn gì, chắc chắn tôi sẽ xin Bụt... một chiếc xe đạp. Tôi không xin Bụt xe gắn máy không phải vì tôi không ham mà vì thời đó hầu hết xe gắn máy còn lại từ trước 75 đều phải "trùm mền" vì không có xăng.

3 Năm 1978, tôi đưa gia đình đi kinh tế mới từ Quảng Nam vô Lâm Đồng. Từ thị xã Bảo Lộc tới xã Lộc Nga, nơi gia đình tôi định cư, khoảng mười cây số, lại lên đèo xuống dốc liên tục, thế mà ngày nào tôi cũng cuốc bộ đến lè lưỡi. Tới nhà người quen mượn chiếc xe đạp thật khó hơn hỏi mượn sao trên trời. Vì lúc đó xe đạp là thứ vô cùng quý hiếm, không phải người ta nghĩ mình xấu nhưng sợ mình làm hỏng hoặc sơ sểnh bị kẻ gian đánh cắp. Có lần được một người bạn cho mượn chiếc xe đạp cà tàng chạy một ngày, xe tuột xích liên tục, vừa đạp vừa sửa, leo lên leo xuống mướt mồ hôi, nhưng chỉ vậy cũng đủ làm tôi hân hoan sung sướng vô bờ.

Năm 1980 tôi mới mua được chiếc xe đạp đầu tiên sau năm năm lết bộ đến mòn chân, do bạn tôi thương tình nhượng lại và tôi phải trả góp gần nửa năm trời mới hết. Ngày nhận xe từ tay bạn, thật sướng còn hơn trúng số độc đắc.

4 Vậy mà chiếc xe đạp, vật quý hiếm một thời đó, bây giờ đa số cư dân thành phố chẳng còn tha thiết nữa. Với nhiều người, nó đã được đưa vào viện bảo tàng của ký ức. Chỉ có học trò còn đi xe đạp, chủ yếu do Luật giao thông đường bộ cấm trẻ em dưới mười tám tuổi lái xe gắn máy trên 50 phân khối. Nhớ hồi quy định này mới ban hành, Sài Gòn rộ lên phong trào đi xe đạp điện. Xe đạp điện cũng như xe máy, vì không phải... đạp, mặc dù tên ghi trong khai sinh của nó là "xe đạp", chỉ gắn thêm chữ "điện" phía sau. Trẻ em vị thành niên đi xe đạp điện có thể ung dung lượn qua trước mắt cảnh sát giao thông nhưng không thể vượt qua được sự bất tiện của nó. Chuyện xạc điện mỗi ngày đã khó nhớ, nhà ở chung cư lại phải vác xe lên xuống vì bãi gửi xe không có sẵn ổ điện dùng cho việc này. Chưa kể xe đạp điện mà chạy dưới mưa rất hay bị chết máy. Vì những lý do đó, phong trào xe đạp điện nổ ra một thời gian ngắn rồi nhanh chóng... "tắt điện".

5 Vậy chiếc xe đạp sẽ tiêu vong trước đà tiến bộ của xã hội? Không hẳn! Một quốc gia phát triển như Hà Lan vẫn tự hào là quốc gia nhiều xe đạp nhất thế giới đó thôi, thậm chí đất nước này còn được ca ngợi là "thiên đường của xe đạp". Tới Amsterdam hoặc Hague, khách du lịch chắc chắn sẽ trố mắt trước những quảng trường san sát xe đạp. Bãi gửi xe gắn máy ở Việt Nam, bãi gửi xe ôtô ở Mỹ đông nghẹt thế nào thì các bãi gửi xe đạp ở Hà Lan cũng "hoành tráng" y như thế.

Mỹ là quốc gia chủ yếu sử dụng ôtô vì hệ thống đường cao tốc chằng chịt và vì lãnh thổ Mỹ rộng mênh mông, từ nhà đến sở làm hay đến siêu thị thường cách nhau rất xa. Chính phủ Mỹ có lẽ sợ dân mình ngồi ôtô nhiều quá sinh ra béo phì nên thường bố trí các bãi xe đạp ở nơi công cộng. Công dân Mỹ có thể tới bãi mượn xe miễn phí để chạy lòng vòng, chạy cả ngày hay cả tuần cũng được, tất nhiên không được... chạy luôn. Ở Pháp cũng có những bãi xe đạp với hình thức và mục đích tương tự, đặt ở khắp nơi, mượn ở nơi này có thể đem trả ở nơi kia. Ví dụ mượn xe ở bãi Bình Chánh chạy long nhong thỏa thích và cuối ngày trả xe tại bãi Thủ Đức cũng không sao.

Do điều kiện khác biệt, giao thông ở các thành phố lớn Việt Nam sẽ không thể giống Hà Lan,

cũng không thể giống Mỹ. Trong tương lai, Sài
Gòn có lẽ sẽ học theo Paris hay Stockholm: cư
dân đi lại trong nội thành bằng xe buýt, tàu lửa,
tàu điện và tàu điện ngầm. Lúc đó, hình ảnh
chiếc xe đạp chắc sẽ được "tôn vinh" ở các quảng
trường, nơi các đôi tình nhân trẻ có thể chở nhau
bằng loại xe đạp công cộng này lang thang trong
mưa trong nắng và nhạc sĩ Ngọc Lễ có thể viết
thêm vài ca khúc lãng mạn kiểu *Xe đạp ơi* mà
không cần phải than thở "tình nghèo" như một
thời khốn khó!

8-9-2013

xe đạp
và tiểu thuyết học trò

(tản mạn về xe đạp)

1 Trong truyện dài *Ngồi khóc trên cây*, nhân vật nữ chính là một cô bé tên Rùa. Tên thật của cô là gì không ai biết, kể cả tác giả. Đã mười bốn tuổi nhưng cô bé không biết đi xe đạp, cô luôn đi bộ dù quãng đường xa xôi đến mấy. Đó là lý do bọn trẻ làng gọi cô là "con Rùa". Gọi riết thành quen, dần dà cả người lớn cũng gọi cô bằng cái biệt danh đó.

Như vậy, cô bé đáng yêu trong tác phẩm mới nhất của tôi có liên quan mật thiết đến chiếc xe đạp. Liên quan đến nỗi chàng trai rất mực yêu thương cô trở về làng sau ba năm xa cách đã không thể nhận ra cô chỉ vì cô đang... đi xe đạp.

2 Chiếc xe đạp gắn bó với tuổi học trò. Nói cách khác, biết bao nhiêu kỷ niệm tuổi học trò gắn liền với chiếc xe đạp. Hầu hết các tác phẩm của tôi viết về lứa tuổi này nên bạn đọc có thể bắt gặp vô số những chiếc xe đạp đi lại tung tăng trong những trang sách.

Trong truyện *Mắt biếc*, chàng trai tên Ngạn và cô bé Hà Lan nhiều lần lững thững đạp xe vào rừng sim hoa tím, nơi cậu học trò lần đầu biết yêu và biết thế nào là "lên bờ xuống ruộng" vì yêu. Nhiều năm về sau, chàng trai sững sờ phát hiện Trà Long, con gái của Hà Lan, càng lớn lên càng giống mẹ lạ lùng. Chi tiết tạo ra bước ngoặt cho câu chuyện buồn này xảy ra vào một buổi chiều Ngạn và Trà Long đạp xe song song bên

nhau trên con đường từ trường huyện về làng. Những chiếc xe đạp tự nhiên trở thành chứng nhân bất đắc dĩ cho tâm tình hai thế hệ.

Nhưng có lẽ chỉ trong truyện *Trại hoa vàng*, chiếc xe đạp mới trở thành một "sự kiện", khi ông bố gom hết gia tài mua chiếc xe đạp *de luxe*, oách nhất thị trấn, về làm mồi như thằng con biếng học. Ông khóa xe dựng vào góc nhà, không cho ai đụng tới, thỉnh thoảng lôi ra kỳ cọ chùi rửa, xong lại cất vào. Ông ra hẹn chỉ khi nào con ông thi đỗ cấp 3 vào trường học sinh giỏi, ông mới giao chìa khóa xe. Chiếc xe từ đó có tên là chiếc *Huy chương vàng*. Trước "cuộc thi vượt ải" quá khó, cậu con nhắm sức mình không đáp ứng nổi, đã thống thiết cảm khái "đời tôi không có duyên được hưởng, thôi để ba tôi dành trao giải cho cháu nội sau này"!

Khi đọc tác phẩm này, các bạn đọc nhỏ đều nhớ chuyện ông bố dùng chiếc *Huy chương vàng* treo giải "khuyến học" cho đứa con nhưng lại hay quên một chi tiết liên quan: chính chiếc *Huy chương vàng* đó đóng vai trò quan trọng trong chuyện tình cảm của hai nhân vật chính. Đó là ngày Chuẩn vô tình tông chiếc *Huy chương vàng* vô xe Cẩm Phô khi cô bé rẽ vào nhà trong một buổi chiều định mệnh. Không có cú va chạm đó, chàng Chử Đồng Tử con nhà buôn đồ đồng nát và công chúa Tiên Dung, thiên kim tiểu thư của tiệm thuốc Tây giàu nhất thị trấn, đã không có dịp kết giao và tác phẩm *Trại hoa vàng* rất có thể sẽ rẽ sang hướng khác.

3 Hồi học lớp tám, lớp chín, cuối tuần tôi thường đạp xe đến nhà một đứa bạn. Sau khi trò chuyện qua loa, hai đứa rủ nhau đạp xe đến nhà một đứa khác. Rồi ba đứa kéo nhau chạy đến nhà đứa thứ tư. Chẳng mấy chốc, cả chục chiếc xe đạp đã rồng rắn ngoài đường. Chỉ có bọn con trai è cổ đạp, bọn con gái được ưu tiên ngồi chễm chệ ở yên sau như những bà hoàng. Nơi đến cuối cùng bao giờ cũng là nhà một đứa con gái có vườn tược và thường ở cạnh bờ sông. Cả bọn dựng xe vô vách, ùa ra vườn hái trái, bới củ trong khi chủ nhà lục đục nấu chè trong bếp để đãi bạn. Ăn xong, nằm nghỉ ngơi một lát, cả bọn kéo ra sông tắm. Dĩ nhiên chỉ có bọn con trai bì bõm ngụp lặn, bọn con gái ngồi trên bờ đọc sách hoặc tán gẫu.

Chiều xuống, cả bọn lại rồng rắn đạp xe ra về, chỉ vậy thôi mà sung sướng vô bờ. Tuần sau lại tụ tập ở nhà một bạn gái khác. Bạn gái đó có khi là bạn cùng lớp, có khi là bạn khác lớp. Ở thị trấn nhỏ, bạn bè chơi thân với nhau không quan tâm chuyện chung bàn, chung lớp hay chung trường. Đi học thì khác trường khác lớp nhưng về nhà đều là hàng xóm hoặc là chỗ quen biết từ thời còn để chỏm. (Nhà bạn trai ít khi được chọn làm nơi tụ tập, vì bọn con trai thường biếng nhác chuyện bếp núc đãi khách).

Những ngày Tết còn rộn ràng hơn. Ngày mới, nắng mới, áo mới, thị trấn có bao nhiêu học trò là gần như có bấy nhiêu chiếc xe đạp túa ra đường, tung tăng khắp ngả. Sau này khi vào sinh sống ở Sài Gòn, tôi mới phát hiện ra điều ngược lại: nếu ngày Tết ở thôn quê hoặc tỉnh lẻ người đông như trảy hội (đúng là trảy hội thật!) thì ở các thành phố lớn ngày Tết đột nhiên vắng vẻ một cách bất thường, do người nhập cư, người đi làm ăn xa và sinh viên đến từ các tỉnh lũ lượt kéo nhau về quê đoàn tụ gia đình.

4 Xe đạp học trò ngày Tết đi đâu? Tết nhất dĩ nhiên chả đứa nào thèm ăn (nhà nào mà chẳng có bánh trái, thịt thà), vì vậy mà cả bọn không ghé lại nhà bạn gái như thói quen. Tất cả háo hức kéo nhau lên núi đá hay vào rừng sim. Vứt xe ven rừng, con trai con gái nhởn nhơ kéo nhau vào chốn cành non lá biếc, những tà áo mới thấp thoáng giữa các nhành xanh dập dìu như những cánh bướm đủ màu.

Những chuyến đi chơi như thế, thú vị và thơ mộng là nhờ chiếc xe đạp. Xe gắn máy có chỗ tiện, nhưng những lúc cần thả hồn theo mây gió, con người ta cần cái thong dong hơn là cái gấp gáp. Chưa kể, tiếng động cơ, mùi khói xăng trong một khung cảnh thiên nhiên êm đềm và hữu tình hoàn toàn không thích hợp.

5 Trong tác phẩm *Còn chút gì để nhớ* của tôi, có những ngày Chương - cậu sinh viên ở trọ - đi học chung xe với Quỳnh, cô bé láng giềng sát vách. Sáng nào cậu cũng phải cọc cạch chở cô bé đến trường xong mới quay lại trường mình. Tan học, lại đến trường Quỳnh để đón cô bé về. Chắc chắn chiếc lưng áo lấm tấm mồ hôi của chàng sinh viên đã làm xao xuyến trái tim mới lớn của cô bé học trò. Nếu chở nhau bằng xe gắn máy, cô gái sẽ chẳng thấy hết "công sức lao động" của người đang hổn hển nhấn bàn đạp phía trước. Chưa kể xe đạp còn có công dụng kéo dài quãng đường từ trường về nhà, câu chuyện rủ rỉ giữa đôi bạn nhờ đó cũng miên man theo. Rõ ràng, trong nhiều trường hợp chiếc xe đạp có ưu thế hơn nhiều so với xe gắn máy!

6 Chiếc xe đạp không chỉ gắn liền với tuổi học trò trong tiểu thuyết. Khi nhạc sĩ Phạm Duy viết *"Xin cho em một chiếc xe đạp/ Xe xinh xinh để em đi học"* trong ca khúc *Tuổi ngọc*, chiếc xe đạp học trò đã đi vào âm nhạc. Cả khi Đỗ Trung Quân viết *"Những chiếc giỏ xe chở đầy hoa phượng/ Em chở mùa hè của tôi đi đâu?"* trong một bài thơ học trò sau đó được nhạc sĩ Vũ Hoàng phổ thành ca khúc *Phượng hồng*, tuy nhà thơ không nói rõ cô gái đi xe gì, xe gắn máy hay xe đạp, nhưng chúng ta có thể đoán ra.

Bạn thử tưởng tượng đi, chở nhành phượng thắm (hay chở mùa hè) mà phóng vèo vèo bằng Honda, Suzuki hay Yamaha thì còn chi là thơ mộng. Có khi người chạy xe đánh rơi mùa hè dọc đường nữa không chừng! Cho nên "chiếc giỏ xe chở đầy hoa phượng" đó dứt khoát phải là chiếc giỏ gắn trước... xe đạp. Bạn có đồng ý với tôi không?

27-10-2013

kẻ cắp xe đạp

(tản mạn về xe đạp)

1 Trong nghệ thuật thứ bảy, có nhiều bộ phim liên quan đến xe đạp nhưng *Kẻ cắp xe đạp* của đạo diễn người Ý Vittorio De Sica có lẽ là bộ phim nổi tiếng nhất. Phim đen trắng 33 li, sản xuất từ năm 1948, đến bây giờ xem lại vẫn rưng rưng xúc động. Cốt truyện đơn giản: Vợ chồng Ricci và hai đứa con nhỏ sống nhờ vào chiếc xe đạp, phương tiện để Ricci đi dán áp phích quảng cáo mỗi ngày. Trước đó do đời sống khó khăn, Ricci đã đem chiếc xe đạp đi cầm. Để chuộc chiếc xe ra khỏi tiệm cầm đồ, vợ anh buộc lòng tháo tất cả drap trải giường đem bán. Rồi một ngày kia, chiếc xe đạp của Ricci bị kẻ gian đánh cắp. Đó là một thảm họa: trong thời kỳ kinh tế suy sụp sau Thế chiến 2, mất chiếc xe đạp đồng nghĩa với mất công ăn việc làm. Sau một thời gian truy tìm trong vô vọng, Ricci nảy ra ý định ăn cắp xe đạp của người khác. Anh bị bắt và áp giải trong nỗi phẫn hận và nhục nhã giữa đám đông, đặc biệt trước cặp mắt đứa con trai bé bỏng của anh.

Các nhà phê bình điện ảnh đánh giá rất cao bộ phim *Kẻ cắp xe đạp*, xem nó như viên gạch đầu tiên đặt nền móng cho trường phái Tân hiện thực. Ảnh hưởng của nó được tìm thấy trong nhiều tác phẩm của các đạo diễn tài danh khác, kể cả các đạo diễn đương đại.

Vào năm 1958, mười năm sau ngày ra mắt, tại Hội chợ triển lãm quốc tế Brussels, *Kẻ cắp xe đạp* được các đồng nghiệp bình chọn là một trong mười bộ phim xuất sắc nhất thời đại.

Không chỉ chinh phục giới hàn lâm, *Kẻ cắp xe đạp* cũng mê hoặc cả đại chúng. Nó đứng đầu bảng xếp hạng các phim hay nhất trên tạp chí điện ảnh Sight & Sound của Anh mười năm liền. *Kẻ cắp xe đạp* nổi tiếng đến mức Viện hàn lâm điện ảnh Mỹ lần đầu tiên buộc phải trao bằng khen cho một phim không nói tiếng Anh. Từ tiền lệ này, giải Oscar cho phim nước ngoài hay nhất ra đời như một hạng mục mới.

2 Tôi không nhớ tôi đã xem bộ phim này lần đầu tiên vào năm nào, có lẽ đã khá lâu. Sau đó thỉnh thoảng tôi vẫn lôi ra xem lại và quả thực tôi không làm sao quên được gương mặt và đôi mắt của cậu bé Bruno do Enzo Staiola thủ vai.

Các bài báo viết về phim này thường nhắc đến người bố Ricci do diễn viên nghiệp dư Lamberto Maggiorani thể hiện. Dĩ nhiên Lamberto Maggiorani với khuôn mặt xương xương, hiền lành, cam chịu đã vào vai một Rucci bị số phận giày vò đến tuyệt vọng một cách xuất sắc. Nhưng nhân vật ám ảnh tôi nhiều nhất là chú bé Bruno.

Bruno là một chú nhóc chừng bảy tuổi, ngây thơ, lanh lợi. Giống như bố, chú cũng đi làm. Chú phụ việc ở một cây xăng nhỏ trong thị trấn. Mỗi buổi sáng, Ricci đặt con ngồi trên chiếc đòn ngang phía trước xe đạp, chở tới cây xăng. Bruno ngồi gần như lọt thỏm trong lòng bố, gương mặt rạng ngời hạnh phúc, chốc chốc lại ngước mắt nhìn bố đầy yêu thương. Sau đó hai bố con tạm biệt nhau trước khi Ricci, thang trên vai và xô hồ dán treo toòng teng trên ghi đông, chở xấp áp phích đi dán ở các bức vách dọc phố.

Ngày Ricci bị kẻ gian đánh cắp xe đạp, cũng là ngày đầu tiên Bruno theo bố đi bộ từ cây xăng về nhà. Kể từ lúc đó, gần như Bruno luôn lẽo đẽo theo bố trong quá trình truy tìm chiếc xe đạp bị mất. Chú cũng xông ra chợ trời (nơi bán đồ phi pháp), cũng láo liên, lùng sục, bị các chủ sạp quát mắng xua đuổi, trượt ngã khi chạy theo bố trong mưa, thỉnh thoảng lại ngước lên nhìn bố bằng ánh mắt chia sẻ, thăm dò - trong vô vọng.

Khi Ricci quá mệt mỏi giữa ma trận truy lùng, hoàn toàn tuyệt vọng trong việc tìm lại chiếc xe đã mất, viễn ảnh túng đói hiện về mồn một trong tâm tưởng, ông chợt nhìn thấy một chiếc xe ai đó dựng hớ hênh ngoài quảng trường. Thế là ông nảy ra ý định đánh cắp chiếc xe. Dĩ nhiên Ricci không muốn con trai nhìn thấy ông từ kẻ đi bắt cắp đột ngột trở thành kẻ cắp. Ông phân vân đi tới đi lui, đấu tranh tư tưởng, cuối cùng móc tiền đưa con: "Đi xe điện đến Monte Sacro chờ bố".

Bruno vâng lời bố, cầm tiền bỏ đi, nhưng chẳng may khi chú tới nơi xe điện cũng vừa rời trạm. Thế là Bruno thất thểu quay lại quảng trường, vô tình chứng kiến cảnh bố chú bị mọi người vây bắt vì tội đánh cắp xe đạp. Lúc đó, ánh mắt của Bruno trên màn ảnh thể hiện một thứ tình cảm rất phức tạp khiến người xem cảm thấy nhói đau. Chú chen vào đám đông, níu lấy tay bố, chỉ biết thốt lên tiếng kêu xé lòng: "Bố ơi".

3 Khi mọi người áp giải Ricci đi, Bruno lủi thủi phía sau, cúi xuống nhặt chiếc mũ bố chú đánh rơi, vừa phủi bụi trên chiếc mũ vừa thổn thức. Vẻ mặt của chú vừa ngơ ngác, vừa lo lắng, vừa hoang mang - vẻ mặt không thể nhầm của một thiên thần bất ngờ lạc ra khỏi thiên đường tươi đẹp quen thuộc.

Mặc dù Ricci được chủ chiếc xe tha bổng, nhưng chắc chắn trong thâm tâm ông đau đớn biết mình đang đứng trước vành móng ngựa của đứa con bé bỏng. Mà đứa con bé bỏng đó, rất yêu bố mặc dù có thể chú không ý thức được tình cảnh cùng đường của người bố giữa thời cơm áo khó. Bruno đi cạnh bố, rón rén nhét chiếc mũ vào tay ông. Và khi bố chú nhìn chú rồi bật ra tiếng nức nở, chú đã thò tay nắm chặt tay ông, như để sẻ chia, để sưởi ấm trái tim người bố lỡ vận bằng tình yêu thơ dại con trẻ.

Phim kết thúc bằng cảnh người bố lầm lũi bước, mặt nhàu đi như ai vò, đứa con bảy tuổi lếch thếch bên cạnh, chốc chốc lại ngước mắt nhìn ông - như trước giờ vẫn thế.

4 Tôi đã xem đi xem lại phim này nhiều lần, lần nào cũng dằn vặt với ý nghĩ: Chú bé kia đang nghĩ gì? Tâm trạng của chú ra sao? Cõi lòng người bố thì ai cũng có thể hình dung được. Nhưng chú bé Bruno thiên thần kia, chú còn quá bé để nhìn thấy lý do biện minh cho hành động của bố chú. Xưa nay, chú rất hay ngước nhìn bố, bao giờ cũng ngước nhìn bố, như hoa hướng dương luôn ngước về phía mặt trời, yêu thương, tin cậy và ngưỡng mộ. Như mọi đứa trẻ khác, người bố luôn luôn là thần tượng trong mắt Bruno. Nhưng sau sự việc tồi tệ kia, thần tượng trong lòng chú có sụp đổ? Giả như điều đó xảy ra, chú có kịp lớn để thông cảm cho bố chú và để hiểu rằng người lớn cũng có thể mắc phải sai lầm nếu chẳng may sa chân vào nghịch cảnh, hay chú sẽ mãi mãi đánh mất niềm tin vào cuộc sống và con người?

Tôi không trả lời được thắc mắc đó nhưng ngay khi thắc mắc vẫn còn là thắc mắc, tôi kịp nhận ra rằng trước khi làm bất cứ điều gì sai trái, dù nhỏ nhặt, nếu người lớn biết nghĩ đến tâm hồn trong sáng mỏng manh và dễ tổn thương của trẻ con, chắc chắn họ sẽ kịp dừng lại trước khi đối diện với tòa án của lương tâm và bị nỗi đau cầm tù suốt phần đời còn lại...

9-2-2014

chuyển nhà

1 Suốt buổi sáng, anh đi ra đi vào. Những đồ đạc cần thiết mấy hôm nay anh đã dọn hết rồi, gần như chẳng còn việc gì để làm nữa, nhưng anh vẫn loay hoay một cách vô cớ.

Chiều nay anh sẽ dọn đến chỗ ở mới. Căn nhà cũ nằm trong chung cư hai tầng, xây dựng hơn trăm năm rồi, vách cũ, mái cũ, điện đóm chập chờn và nước nôi luôn luôn thiếu. Đã thế, anh lại ở trên lầu, mỗi lần đi đâu phải lếch thếch cuốc bộ đến bãi gửi xe nằm khá xa.

So với căn nhà anh sắp dọn về, căn nhà cũ như một người vợ luộm thuộm.

Nhưng anh đã ăn ở với người vợ đó hơn hai mươi năm. Nay buộc phải chia tay, lòng anh có chút gì không nỡ.

2 Anh đi ra đi vào, đi tới đi lui, bắt gặp mình bối rối.

Anh dừng lại bên vách tường, phát hiện cạnh hành lang dẫn xuống bếp có treo một ngọn nến gắn trên một chân giá bằng sắt có hình bông hoa. Ngọn nến đã phủ bụi, có vẻ chưa bao giờ được thắp lên nên vẫn còn nguyên. Anh ngỡ ngàng nhìn giá nến, có cảm giác mình chưa bao giờ nhìn thấy nó.

Chắc hẳn anh đã đi ngang cái giá nến cũ kỹ này cả ngàn lần, nhưng anh không để ý.

Cũng vậy, khi dõi mắt lên cao hơn, anh tưởng như lần đầu anh nhìn thấy con búp bê phủ bụi ngồi trên đầu tủ. Chắc nó là con búp bê anh mua tặng con gái nhân một dịp gì đó, sinh nhật, trung thu, ngày đầu năm mới, cũng có thể vào dịp tổng kết cuối năm học. Nhưng rồi con búp bê cứ ngồi lặng thầm ở đó, ngủ quên trong vòng tay thời gian và trượt khỏi ký ức anh.

Anh vào phòng tắm, bắt gặp mình tần ngần trước những ô gạch lát tường. Có viên gạch mẻ một góc và chỗ khuyết trông giống một con voi con, vết nứt dài và cong như chiếc vòi đang vươn cao. Bức bích họa ngẫu nhiên này trông thật thú vị, chắc nó đã có trên tường từ lâu, nhưng nó đã bật ra khỏi tâm trí anh khi bị bao nhiêu hình ảnh thường nhật khác chèn ép.

Cái chậu hoa đặt trên bệ cửa sổ cũng thế. Anh mua về, đặt nó ở đó, và đến khi sắp rời bỏ nó anh mới nhận ra những bông hoa xinh xắn này có sáu cánh và lúc nào cũng có mấy con bọ bò quanh nhụy hoa như những nhà thám hiểm tí hon.

3 Căn nhà cũ, tưởng thân quen mà hóa ra lạ lẫm.

Hằng ngày, anh chỉ gắn bó thực sự với bàn làm việc, sau nữa là bàn ăn và phòng ngủ.

Những vị trí khác, khung cảnh khác, anh chỉ đi lướt qua, thờ ơ như khách lạ qua đường.

Bây giờ, anh bất chợt rùng mình nhận ra anh chưa hề biết tường tận căn nhà mình ở. Mà thời gian nào có ít ỏi gì, những hai mươi năm.

Có bao giờ bạn sống với người bạn đời trong chừng ấy năm, tưởng như đã thuộc lòng người ta, rốt cuộc nhận ra mình chẳng hiểu bao lăm về người từng chung sống?

Ngôi nhà có những vết ố, những mẩu đinh han gỉ, chiếc ghế long chân, ngọn đèn đứt bóng và rất nhiều những ngóc ngách mờ tối.

Con người cũng vậy, vô số những góc khuất ẩn sau vẻ ngoài rạng ngời ta vẫn nhìn thấy kia.

4 Anh ngồi khề khà cùng bằng hữu bên chén rượu, cười đùa hát ca chọc ghẹo, tưng bừng vui tươi như cuộc đời bốn mùa toàn là lễ hội, nhưng những gương mặt tỏa nắng kia có tâm sự gì, bị ám ảnh bởi những đau đáu khôn nguôi nào lúc "trăng tàn trên hè phố", anh đâu có biết. Mải vui chơi, anh vô tâm nghĩ đời người chỉ gói gọn trong tiếng nói cười bên chén rượu cuộc trà, rằng triệu mặt người luôn luôn là một triệu đóa hoa hồng, quên mất khi "lan huệ sầu ai lan huệ héo" thì bề ngoài vẫn tròng vẻ tươi xinh.

Để rồi khi người bạn ấy xa anh vì lý do nào đó, anh mới muộn màng tiếc thương, trễ tràng day dứt. Và khi nhìn lại những bức ảnh cũ, anh mới ngỡ ngàng phát hiện trên gương mặt bạn, cạnh đuôi mắt hóa ra có một vết sẹo, ngay chỗ cằm có một cái nốt ruồi - như hình chú voi con anh bất ngờ khám phá trên vách tường phòng tắm sáng nay.

5 Để hiểu một người ta quý hay một nơi ta yêu, cần lắm vô số những quan tâm nhỏ nhặt. Đối tượng của tình yêu không bao giờ có "tính đại diện", "tính mặt tiền". Tình yêu thực sự phải đi vào những ngóc ngách, những lẩn khuất. Của ngôi nhà đó. Của con người đó.

Ờ, nói yêu một người nào thì thật dễ dàng, vì yêu đôi khi chẳng cần gắng sức, nhưng để hiểu một người nào đó lại quá gian nan. Vì vậy đôi khi ta nói yêu một người mà thực ra ta chưa hoàn toàn hiểu họ.

Không hiểu thì có thể vẫn đúng là yêu, nhưng nếu vì một lý do nào đó buộc phải rời xa, ngồi nhớ lại ta sẽ bắt gặp mình ray rứt, thậm chí xấu hổ.

Như anh, vẫn loay hoay đi tới đi lui giữa bốn vách tường suốt một ngày nắng nóng chỉ để rưng rưng đếm từng viên gạch dưới chân, từng tia nắng dọi...

16-3-2014

cha và con

1 Tháng vừa rồi, tôi về quê thăm ba tôi. Ba tôi năm nay tám mươi hai tuổi, con mắt phải của ông từ lâu đã không còn nhìn thấy gì sau khi ghép giác mạc thất bại nhiều lần. Con mắt trái của ông đục thủy tinh thể, nhưng ông cứ để vậy. Còn hai con mắt, mổ một con nhỡ có bề gì vẫn còn con kia để nhìn đời. Đằng này một con mắt đã hư nên ông ngại phẫu thuật con mắt còn lại.

Nhưng lần này con mắt trái của ba tôi trở chứng làm ông rất khó chịu, nhỏ thuốc hoài vẫn không hết xốn nên nhân dịp tôi về, ông bảo tôi đưa ông vào Sài Gòn mổ mắt.

Tôi điện thoại vào Sài Gòn, nhờ người quen đặt vé cho ba tôi. Thông tin chuyến bay được thông báo cho tôi qua tin nhắn trên điện thoại cầm tay. Tôi nói với ba tôi "Con đã mua vé cho ba rồi", và tôi đưa tin nhắn cho ông xem. Trông ông có vẻ hồi hộp, lần đầu tiên ông thấy mua vé máy bay theo kiểu này "Ủa, chỉ vậy thôi hả con? Người ta không đưa vé cho mình giữ sao?". Tôi trấn an "Đây là vé điện tử ba à. Tới sân bay chỉ cần đọc mã số lên là người ta phát tờ vé thật cho mình". Ba tôi vẫn tỏ vẻ lo lắng "Nhưng con có chắc là ba đi chung một chuyến bay với con không?". "Dạ, ba và con đi chung mà", tôi trả lời, biết ông ngại đi một mình. Rồi thấy ông vẫn chưa yên tâm, tôi lôi điện thoại ra chỉ cho ông xem số hiệu chuyến bay trong mẩu tin: "Ba nhìn đi. Con cũng đi chuyến bay này mà".

2 Tôi đưa ba tôi ra sân bay, luôn đi cạnh ông, nhắc ông lấy giấy chứng minh nhân dân ra cầm tay, cởi đồng hồ, bóp, các lọ thuốc trong túi áo... bỏ vào khay khi qua cửa an ninh.

Khi lên được máy bay, ba tôi trông đã thư thái hơn. Sau khi cất hành lý xách tay của ông lên khoang chứa đồ, tôi sực nhớ ba tôi có một cái điện thoại cầm tay "Điện thoại của ba đâu rồi, ba tắt nguồn đi ba". "Tắt nguồn là sao?". "Là tắt hẳn điện thoại. Trên máy bay người ta không cho xài điện thoại, sợ sóng điện thoại ảnh hưởng đến các thiết bị cảm biến điện tử trên máy bay". "Ba cất điện thoại trong vali". Tôi lại mở nắp khoang, lôi cái vali của ba tôi xuống, mò tìm cái điện thoại. Đó là cái Nokia đời cũ, ba tôi không biết cách tắt nguồn đã đành, ngay cả tôi cũng phải mò mẫm cả buổi mới tắt được. Anh chàng người Serbia ngồi cạnh, thấy tôi loay hoay với cái điện thoại liền nhiệt tình cầm lấy và... khởi động lại điện thoại giùm tôi. Tôi cười "Cảm ơn. Nhưng tôi đang muốn tắt điện thoại. Và đã tắt được rồi" khiến anh chàng bẽn lẽn "sorry" rối rít.

3 Sau khi phẫu thuật mắt, ba tôi ở chơi với tôi một tuần, chờ tái khám. Ngày quay về Đà Nẵng, tôi lại đưa ba tôi ra sân bay. Lần này ba tôi phải đi một mình nên trông ông có vẻ bồn chồn. Lúc xếp hàng trước quầy vé, ông cứ nơm nớp hỏi những người trong hàng "Có phải chỗ này phát vé đi Đà Nẵng không, bác?". Tôi phải nhắc ông

"Ba ơi, bây giờ người ta không phân vé theo nơi đến như hồi trước. Đi đâu cũng xếp hàng ở đây hết ba à, miễn đúng hãng máy bay là được". Bữa đó, tôi đưa ba tôi đến chân cầu thang cuốn. Tôi nói "Vali ba nhẹ, ba cầm trên tay đi ba. Đi cầu thang cuốn không quen, kéo vali lệt xệt dễ bị té lắm đó". Rồi tôi cẩn thận dặn dò "Ba nhớ cất vé máy bay và giấy chứng minh nhân dân trong ngăn ngoài của vali. Khi nào trình giấy tờ thì lấy ra, xong lại cất vào. Ba đừng cầm trên tay hoặc nhét túi áo, lấy vô lấy ra coi chừng rớt". Lúc ba tôi chuẩn bị bước lên cầu thang, tôi sực nhớ "Lên máy bay rồi, ba nhờ mấy anh thanh niên hoặc mấy cô tiếp viên cất vali lên khoang cho ba nghe ba. Ba đừng cố nhấc vali, nguy hiểm lắm đó!".

Khi chiếc cầu thang cuốn đưa ba tôi lên được nửa chừng, tôi còn cao giọng nói với theo "Ba nhớ đưa điện thoại cho ai đó tắt nguồn giùm nghe ba!". Tôi không nghe ba tôi nói gì nhưng thấy ông gật gật đầu tôi cũng yên tâm.

Tôi đứng nhìn theo ba tôi cho đến khi ông khuất hẳn trên tầng lầu, mới lủi thủi ra về.

4 Trên đường ra bãi đậu xe, tôi bỗng nhớ cách đây bốn mươi năm, lần đầu tôi đi máy bay từ Đà

Nắng vô Sài Gòn, ba tôi cũng đưa tôi ra sân bay như tôi đưa ba tôi sáng hôm nay.

Năm đó, tôi mười chín tuổi - như chú chim non ngập ngừng tập bay xa. Ba tôi đi bên cạnh tôi, cũng liên tục nhắc nhở tôi từng chút, dặn dò tôi kỹ lưỡng y như tôi dặn dò ông bây giờ "Con nhớ cất vé máy bay và thẻ căn cước trong ngăn ngoài của vali. Khi nào trình giấy tờ thì lấy ra, xong lại cất vào. Con đừng cầm trên tay hoặc nhét túi áo, lấy vô lấy ra coi chừng rớt".

Ba tôi nói với tôi những lời giống hệt những lời hôm nay tôi nói với ông, chỉ khác hồi đó xài "thẻ căn cước" bây giờ xài "giấy chứng minh nhân dân". Thời gian trôi nhanh quá, tôi ngậm ngùi nhủ bụng, tự nhiên thấy mắt cay cay...

1-6-2014

học lại yêu thương

1 Một hôm, tôi hỏi cháu tôi:

- Cháu có thương mẹ không?

- Thương.

- Thương nhiều không?

- Nhiều.

- Nhiều sao chú chẳng bao giờ thấy cháu ôm hôn mẹ?

Con bé bối rối:

- Cháu không quen. Cháu thấy ngường ngượng thế nào.

Không chỉ cháu tôi, tôi tin có nhiều người "ngường ngượng" giống như vậy. Thì ra, biểu lộ tình yêu là thứ cũng cần phải học.

2 Cháu tôi rất yêu mẹ, tôi biết. Nhưng để bày tỏ tình yêu đó bằng lời nói hay cử chỉ đối với nó là một điều khó khăn.

Có lẽ nhiều bạn trẻ cũng có tâm trạng tương tự, rằng ta yêu thương ông bà, ba mẹ vô bờ nhưng bộc lộ tình cảm đó ra ngoài, ta cảm thấy ngượng, có khi thấy "sến".

Cháu tôi nghĩ quét một cái nhà, nấu một nồi cơm phụ mẹ là cách bày tỏ yêu thương với đấng sinh thành. Dĩ nhiên cách nghĩ đó hoàn toàn đúng, nhưng chưa đủ. Yêu thương đâu phải lúc nào cũng trú ẩn trong chiếc áo lặng thầm.

Hiển nhiên, dù đứa con không bộc bạch người mẹ vẫn biết con yêu mình. Nhưng một lời nói yêu thương, một cái ôm, một nụ hôn của đứa con mang lại một tác dụng khác, một giá trị khác. Nó làm người mẹ ấm lòng. Nó như một thứ dưỡng khí mà tình yêu cần hít thở mỗi ngày. Để thấy trí não thư thái, thấy tâm hồn thanh thản, nhất là thấy cuộc sống mỗi ngày là một ngày tốt lành. Tiếc thay, khi lớn lên ta lại đâm ra lúng túng, ngượng nghịu với những điều lúc còn bé ta làm một cách dễ dàng.

3 Bộc bạch tình cảm với người ta yêu thương vất vả bao nhiêu thì khi lỡ xảy ra va chạm, ta lại thốt ra những lời trách móc hay oán giận một cách dễ dàng bấy nhiêu. Cho dù những lời lẽ nặng nề thốt ra trong lúc không kềm chế có thể sẽ khiến ta ray rứt ngay sau đó, nhưng khi bắn đi mũi tên được tẩm bằng chất liệu chua cay đó ta không hề đắn đo. Trong khi muốn nói những lời yêu, ta lại ngại ngùng, bắt gặp mình tần ngần do dự. Là cớ làm sao?

Dĩ nhiên, bạn biết bạn không phải là con người cộc cằn như cách mà bạn trót thể hiện. Gương mặt đỏ gay trong lúc cãi cọ kia không phải là bạn, đôi môi mím chặt trong lúc giận dữ kia không phải là bạn và đôi mắt long lên trong lúc gây gổ kia cũng không đúng là bạn nốt. Nhưng rốt cuộc đó là những thứ mà bạn sẵn sàng tròng lên mặt mình một cách dễ dãi, không chút phân vân.

Lòng bạn thực ra ăm ắp thiết tha, tràn trề yêu mến, nhưng như con ốc nhút nhát thu mình trong chiếc vỏ, những tình cảm ngọt ngào đó bị nhốt chặt bên trong bạn và trớ trêu thay chính bạn là người tự tay khóa cửa lòng mình. Bạn sợ yêu thương sổng ra ngoài sẽ làm bạn đỏ mặt chăng?

Hành động tất nhiên có giá trị hơn lời nói, như người ta thường kết luận. Nhưng đó là cách để đánh giá những kẻ nói mà không làm. Còn trên đại thể, lời nói đi kèm theo hành động bao giờ cũng là cuộc song hành tuyệt vời. Như kem phết lên bánh ngọt, bơ phết lên bánh mì, chỉ làm cho ổ bánh ngon hơn, đậm đà hơn, nhiều dư vị hơn.

4 Tình cảm giữa người con trai và người con gái cũng thế. Sự câm nín trong nhiều trường hợp đồng nghĩa với con số không. Khi bạn không trải lòng ra, đối phương sẽ không biết bạn nghĩ gì và dĩ nhiên không đón nhận được thông điệp phát ra từ trái tim bạn. Một người con gái từng thổ lộ "Em không dễ dàng nói ra những điều ám ảnh" và trách móc chàng trai đã không hiểu cô. Nhưng nếu cô không dễ dàng nói ra những điều thầm kín thì chàng trai kia càng không dễ dàng hiểu được những điều cô khư khư chôn chặt dưới đáy lòng.

Một lần nữa, tôi tin rằng biểu lộ tình yêu là thứ cần phải học.

Chúng ta không học như học một kỹ năng. Mà học như học một cách trải lòng - một cách sống.

Nếu ai còn nhớ khi tôi chết
Xin bước nhẹ chân trên cỏ xanh
Nếu ai còn nhớ khi tôi sống
Xin trải lòng ra chớ để dành...

Ai cũng biết: trải lòng khi người ta yêu thương còn sống ý nghĩa hơn nhiều những chân bước muộn màng trên cỏ mượt!

5 *"Tâm hồn chúng ta được sinh ra là để chờ đáp lại niềm yêu mến đến từ một tâm hồn khác. Nó giống như chiếc ống sáo, sẵn sàng reo lên khi ngọn gió mùa hè thổi qua"*, tôi từng viết câu này trong tác phẩm *Tôi là Bêtô*. Rõ ràng, khi ngọn gió mùa hè trong lòng bạn không chịu nhấc mình lên thì không chiếc ống sáo nào trên đời có thể reo vui cùng bạn.

Vì vậy mà bạn và tôi, và tất cả chúng ta, cần biết bao những ngọn gió mùa hè trong hình dáng những lời âu yếm, những nụ hôn và những vòng tay.

Dù đã lớn, đôi khi chúng ta cũng cần ôm cặp đi học lại yêu thương!

6-4-2014

trò chơi tuổi nhỏ

1 Đi ngoài phố, bất chợt nhìn thấy hoa sứ nở từng chùm trắng muốt trên các nhánh cây, bao giờ tôi cũng nhớ đến trò chơi hồi tôi bảy, tám tuổi.

Hồi đó, cách nhà tôi chừng mười căn là nhà ông Thừa. Trước sân nhà ông có một cây sứ rất to, quanh năm hoa trắng nở đầy. Ngày nào tôi và bọn trẻ con cùng lứa cũng rủ nhau tha thẩn trước hàng rào nhà ông nhặt hoa sứ rụng. Nhặt hết hoa trước cổng, chúng tôi lén chui rào vào nhặt hoa trong sân. Rồi xỏ từng cánh hoa vào sợi chỉ dài để làm vòng đeo cổ. Đứa nào có chiếc vòng to nhất là đứa "oách" nhất. Không biết nghe ai bày, bọn con gái còn ướm vòng hoa lên tóc, lúc đóng vai công chúa lúc giả làm cô dâu lượn tới lượn lui.

Hoa sứ thơm, nhưng chỉ có bọn trẻ con nhặt chơi. Tôi chẳng thấy ai cắm hoa sứ vào lọ, chẳng hiểu tại sao.

Tập truyện *Bắt đền hoa sứ* trong bộ *Kính vạn hoa* được tôi viết ra khi tôi đang nhớ đến trò chơi tuổi nhỏ này.

Rất nhiều năm về sau tôi mới biết trên đời còn có loại hoa sứ đỏ. Nhưng tình cảm của tôi đã trót dành cho cánh hoa sứ trắng tuổi thơ nên hoa sứ đỏ chẳng hề làm tôi rung động.

Cũng như hoa phượng tím, tôi từng nghe nhiều người trầm trồ. Hoa phượng tím đúng là mới lạ, hiếm hoi nhưng lại không gắn với cảm xúc nào trong tôi. Nó không thể gửi tâm hồn tôi về bên hàng hiên lớp học. Trong lòng tôi, đã là phượng thì phải là phượng đỏ. Tôi tin rằng bất cứ ai đã qua tuổi học trò, mỗi khi bắt gặp một cành phượng đỏ ven đường dưới nắng hè chói chang, ắt hẳn lòng không sao ngăn được bồi hồi. Phượng tím không đem lại cảm giác đó. Nó có thể khiến người ta hiếu kỳ nhưng không khiến người ta xao xuyến, bâng khuâng.

2 Ngoài hoa sứ, bọn trẻ con chúng tôi còn hay lấy hạt cam thảo dây kết thành vòng đeo cổ, đeo tay. Trái cam thảo dây thuôn dài như trái đậu, bên trong chứa những hạt có màu đỏ - đen rất đẹp, ở đầu mỗi hạt có một lỗ nhỏ có thể xỏ sợi chỉ xuyên qua.

Khi lớn lên, tôi mới giật mình biết đây là loại hạt chứa nhiều độc tố, nếu lỡ nhai vài hạt có thể mất mạng như chơi. Rất may trong suốt thời thơ ấu ngây ngô và vụng dại không đứa nào trong chúng tôi thử ăn loại hạt này. Người lớn không rõ có nhìn thấy bọn trẻ chúng tôi chơi loại hạt này hay không nhưng chẳng có ai rầy la, nhắc nhở. Cũng có thể không bậc phụ huynh nào biết đó là loại trái độc.

3 Ở thôn quê, trẻ con không có lắm đồ chơi. Thời đó, chỉ đứa nào nhà giàu lắm mới thỉnh thoảng được ba mẹ mua cho một con búp bê hay một chiếc ôtô bằng nhựa. Những thứ đồ chơi như thế cực kỳ quý hiếm, chủ nhân của nó thường chỉ

đem ra chơi một lúc, cốt để khoe khoang, rồi vội vàng cất vào tủ, khóa lại. Bạn bè chỉ được ngắm nghía, xuýt xoa, đứa nào thân lắm hoặc đứa nào hối lộ cho chủ nhân một trái ổi hay một cục kẹo mới được sờ vào một tẹo.

Hồi đó, nhà thằng Hợi giàu nhất nhì trong làng. Ba nó đi thành phố mua về cho nó chiếc ôtô bằng nhựa màu vàng rất đẹp. Xe giống như xe buýt, có dãy ô cửa nhỏ phía trên, chỗ đuôi xe có chiếc chìa khóa hình cánh bướm. Vặn chiếc chìa khóa rồi đặt chiếc xe xuống đất, xe chạy ro ro, nhìn thích mắt vô cùng.

Thằng Hợi quý chiếc xe, không cho đứa nào đụng vào. Tôi xin vặn chiếc chìa khóa thôi, nó cũng không cho: "Lỡ mày vặn mạnh quá, gãy chìa khóa của tao".

Chúng tôi vừa tức vừa ghen tị, hè nhau tẩy chay thằng Hợi. Chiều chiều, nó cầm chiếc xe ra đứng trước hiên nhà, nhìn quanh quất không thấy đứa nào bu lại như mọi lần, đành buồn bã ngồi chơi một mình. Chơi chán, nó lủi thủi đem xe vào cất.

Tới ngày thứ tư, thằng Hợi bị nỗi cô đơn đè bẹp. Nó đem chiếc xe ra bãi đất trống nơi tụi tôi đang tụ tập chơi ô ăn quan. Nó vẫy vẫy chiếc xe, kêu lớn: "Lại đây chơi tụi bay!". "Mày chơi một mình đi!", một đứa lạnh lùng đáp. Đứa khác nói thẳng tuột: "Mày có cho tụi tao chơi đâu mà rủ". Thằng Hợi chìa chiếc xe ra trước mặt, vui vẻ: "Nè, tụi mày cầm lấy nè! Tao nghĩ lại rồi, đồ chơi phải chơi chung mới vui".

Bọn tôi không ngờ sự tình lại xoay ra như vậy, liền hớn hở nhào tới bu quanh Hợi, chen lấn giành nhau báu vật. Mấy chục cánh tay đưa ra, chiếc ôtô bị giằng qua kéo lại một hồi, bánh xe văng mỗi nơi một chiếc, thùng xe bẹp dúm, còn chiếc chìa khóa điều khiển gãy rời, rơi đâu mất.

Đứa nào đứa nấy xanh mặt, đinh ninh thế nào thằng Hợi cũng nằng nặc bắt đền, ít ra cũng ngoác miệng chửi bọn tôi tan nát. Nào ngờ nó chỉ thẫn thờ một chút thôi, rồi ngồi xuống nhặt nhạnh từng bánh xe, tặc lưỡi nói "Để tao đem về nhờ chú tao sửa lại. Sửa không được thì tao năn nỉ ba tao mua cho tao chiếc xe khác". Bây giờ nhớ lại chuyện này, tôi mới hiểu hồi đó thằng Hợi tuy tiếc chiếc xe đứt ruột nhưng nó cần bạn bè hơn: Chiếc ôtô có thể vỡ tan nhưng tình bạn nhất quyết không thể tan vỡ.

4 Trừ thằng Hợi, đồ chơi của chúng tôi hồi đó đều làm từ... thiên nhiên. Chúng tôi hái trái mù u phơi khô làm bi. Lấy hột xoài cưa một đầu làm cối xay. Hái lá dứa cuộn làm kèn, quấn chặt

nhiều lớp làm quả bóng. Lá dừa tết thành châu chấu, cào cào, bọ ngựa. Chạc ổi làm ná. Ngọn trúc làm cần câu. Ống trúc làm súng thụt, bắn đạn bời lời hay đạn giấy. Ống đu đủ dùng thổi bong bóng. Vỏ nghêu vỏ sò thành chén bát. Tàu lá cau thành xe kéo. Nan tre thành chong chóng. Khung tre và giấy thành diều và lồng đèn. Đất sét thành tò he và chim chóc, muông thú...

Nhờ thiên nhiên, trẻ con thôn quê có thể biến cái thiếu thốn thành đủ đầy, giàu có. Dù chỉ bằng những nguyên liệu thô sơ, mộc mạc.

So với hồi tôi còn nhỏ, đồ chơi dành cho trẻ con bây giờ không thiếu thứ gì, lại tân tiến, hiện đại và bày bán khắp nơi, có tiền là mua được dễ dàng ngoài cửa hàng.

Tiện thì có tiện, nhưng trẻ con hôm nay lại mất đi thú vui dõi mắt lên cây, rựa lăm lăm trên tay, tìm xem chạc ba nào có thể đẵn thành gọng ná. Đứa trẻ cũng không có dịp tha thẩn men theo dòng suối để moi đất sét về nặn tượng, rảo dọc bờ rào tìm lá dứa quấn kèn thổi toe toe suốt buổi trưa hè. Và nhất là không được nếm trải cảm giác thích thú lúc nhặt hoa sứ rụng kết thành vòng để đứa con gái bảy tuổi quàng lên tóc giả làm nàng Bạch Tuyết, để đứa con trai tám tuổi tròng vào cổ làm vòng hoa chiến thắng, sung sướng tưởng tượng mình là hiệp sĩ rừng xanh...

29-6-2014

tàu hủ đường xa

1 Tàu hủ có lẽ là món ăn thuộc loại bình dân số một. Tôi tin mọi trẻ con, dù sống ở thôn quê hẻo lánh hay thị tứ náo nhiệt, đều từng ăn tàu hủ một lần trong đời (mà ăn một lần thì tất nhiên... ăn nhiều lần).

Hồi tôi học lớp hai, lớp ba, hè năm nào cũng được ba mẹ cho về nghỉ hè ở quê ngoại. Quê ngoại tôi ở Cẩm Lũ, đồng bằng, gần biển, lắm trò chơi thú vị: câu cá, trèo cây, tắm suối, bắt ve sầu hay nhặt phân bò khô chọi nhau. Nhưng dù đang chạy nhảy chơi đùa ở đâu, cứ đúng hai giờ chiều là tôi lập tức bỏ dở trò chơi, ba chân bốn cẳng vù về nhà, mặc cho tụi bạn kêu réo inh ỏi. Chỉ vì ngay vào giờ đó, ngày nào cũng như ngày nào, có một gánh tàu hủ kẽo kẹt đi ngang trước ngõ nhà ông tôi.

Tôi và những đứa anh em họ, tay nắm chặt tờ giấy bạc vừa xin ông, chen chúc bu quanh gánh tàu hủ, nhao nhao: "Bán cho con một chén", "Nhớ cho con thêm muỗng đường"... Sau này đi đây đi đó, tôi thấy có nơi nấu nước đường bằng đường cát, nhưng chén tàu hủ quê tôi bao giờ cũng dùng nước đường đen sánh. Nước đường đen nằm len lỏi lóng lánh giữa các lát tàu hủ trắng, chỉ ăn bằng mắt thôi đã thấy ngon tuyệt vời.

Lâu rồi tôi không còn nhớ, nhưng tàu hủ giá rẻ, hình như vài đồng một chén. Gặp lúc ông tôi vui vẻ, tụi tôi mỗi đứa được ăn tới hai chén, sướng mê tơi.

2 Lên lớp bốn, lớp năm, nhà tôi dời ra thị xã Hà Lam, ở cạnh trường Bồ Đề. Lại một gánh tàu hủ đi ngang nhà lúc ba giờ chiều, lại dù đang chơi bi,

đánh đáo ở đâu, cứ đúng giờ đó là tôi biến thành đứa con ngoan quanh quẩn trước sân, mẹ ới một tiếng là có mặt ngay. Cả tuổi thơ tôi, tiếng rao "Ai ăn đậu hủ không?" (quê tôi gọi "đậu hủ" chứ không gọi "tàu hủ") trở thành một âm thanh vô cùng thân thiết.

Gánh tàu hủ truyền thống bao giờ cũng như thế này: Bên này gánh là một hũ sành lớn đựng tàu hủ, bên ngoài bọc rơm hay tre. Bên kia gánh là một thùng gỗ hình chữ nhật có nhiều ngăn đặt theo chiều thẳng đứng dùng đựng chén, muỗng, lọ đường... Tôi mê nhất cái muỗng to bản, mỏng và dẹt dùng để múc tàu hủ. Cái muỗng lướt nhẹ qua bề mặt, từng lát tàu hủ được cắt một cách nhẹ nhàng, điêu luyện, đều tăm tắp.

Gánh tàu hủ (nhất là lúc chưa bán chén nào) không hề nhẹ, gánh kĩu kịt đi hàng cây số khắp các đường làng hay luồn lách giữa các ngõ ngách trong thị xã quả là một lao động vất vả. Lúc nhỏ mê ăn, tôi chỉ quan tâm đến chén tàu hủ, không để ý gì đến người bán tàu hủ. Lớn lên, nghĩ đến chuyện gánh gồng nặng nhọc, mới thấy rưng rưng thương cảm.

3 Giữa thập niên 80, tôi lấy vợ sinh con, gia đình ở trên tầng bảy của một chung cư. Lúc tôi mới

dọn về, chung cư vẫn còn sót lại cái thang máy cũ kỹ, có cô gái trẻ ngồi trước cửa thang máy thu tiền và đưa khách lên các tầng lầu. Thang máy hoạt động chừng một năm thì hỏng, từ đó toàn bộ cư dân đành bấm bụng leo cầu thang bộ.

Leo hàng trăm bậc thang để lên tầng bảy, đi tay không đã thở không ra hơi. Vậy mà chiều nào, bà bán tàu hủ cũng với gánh tàu hủ trên vai ì ạch leo hết tầng này đến tầng khác và cứ đúng bốn giờ chiều là rảo ngang trước cửa phòng tôi.

Y như tôi hồi bé, lần này tới lượt đứa con gái năm tuổi của tôi cứ ngủ trưa dậy là bắt đầu ngóng gánh tàu hủ dạo. Lại "Ba ơi, mẹ ơi, tàu hủ kìa!", lại "Bà ơi, cho con thêm muỗng đường"...

Chỉ đến khi gia đình tôi dọn đi nơi khác, con tôi mới không trông đứng trông ngồi món ăn tuổi thơ của nó mỗi khi chiều xuống.

4 Mười hai năm sau, cũng vào một buổi trưa lất phất mưa, một gánh tàu hủ đi ngang trước nhà tôi, dĩ nhiên là căn nhà mới, cũng ở trên tầng lầu một chung cư.

Con gái tôi lúc này đã mười bảy tuổi, bước ra định kêu vài chén. Nhưng rồi nó bỗng khựng lại. Nó nhận ra người đàn bà bán tàu hủ năm xưa, dù nay đã già đi nhiều do thời gian và do mưu sinh vất vả.

Mười hai năm, bao nhiêu vật đổi sao dời, nhiều tòa buyn-đinh thi nhau mọc lên dọc phố, ôtô trên đường nhiều hơn, tỷ phú trên thị trường chứng khoán đông hơn, chỉ có bà bán tàu hủ lặng lẽ với chiếc đòn gánh cong oằn trên đôi vai gầy guộc là vẫn thế.

Người đàn bà bán tàu hủ thực ra cũng có vài thay đổi. Tóc bà bạc hơn, những vết chân chim nơi khóe mắt chi chít hơn, người bà nhỏ đi - như rút lại. Bà thầm lặng hơn xưa và bước chân của bà rõ ràng đã không còn nhanh nhẹn. Tóm lại, trông bà như cũ đi sau chừng ấy năm lang thang trên đường. Có vẻ như bà để rơi rớt lại trên từng mét đường bà đi qua chỗ này một ít thanh xuân, chỗ kia vài tiếng nói cười.

Con gái tôi nhìn sững bà, không thốt được lời nào. Từ ngách cửa nhìn ra, tôi thấy nó len lén đưa tay chùi nước mắt...

20-4-2014

thương nhớ Trà Long

1 Khi tôi còn nhỏ, ba tôi là công chức. Như mọi gia đình công chức đông con khác ở miền Nam trước 1975, trong nhà chỉ có ba tôi đi làm, mẹ tôi lo quán xuyến chuyện nhà cửa, bếp núc và trông nom con cái. Mẹ tôi chăn bầy con tám đứa như chăn một bầy quỷ con, vừa lo ăn, lo mặc, lo giục ôn bài làm bài, đầu óc đã quay tít mù; lại phải làm trọng tài phân xử những vụ giành giật, so bì, cấu véo, hết chạy tới cặp này can gián những tiếng cãi cọ lại chạy tới cặp kia dập tắt những tiếng khóc lóc, kêu ca, đến cuối ngày là mẹ tôi đã muốn đứt hơi.

Nhà nhiều miệng ăn, mỗi lần mua gạo ba tôi phải mua gạo tạ (bao gạo trăm ký hồi đó gọi là "bao sọc xanh"), vì đong gạo từng ký thế nào cũng thiếu trước hụt sau. Các anh em tôi lại đang vào tuổi lớn, vừa ăn xong đã đói. Mẹ tôi bảo "Tụi bay ăn như tằm ăn rỗi". Lúc đó, tôi chưa rõ thế nào là "tằm ăn rỗi", chỉ biết mang máng là "ăn nhiều". Sau này, gia đình tôi đi kinh tế mới ở Lâm Đồng, trồng dâu nuôi tằm, tôi mới tận mắt chứng kiến cảnh tằm ăn rỗi: vào thời kỳ chuẩn bị nhả tơ làm kén để chuyển sang giai đoạn nhộng, tằm ăn rất khiếp, tiếng ăn nghe rào rào như mưa rơi trên nong tằm.

2 Tháng nào nhà hết gạo mà chưa kịp lãnh lương, ba tôi lại vào nhà dì tôi. Dì tôi làm ruộng, nhà ở làng Trà Long, cách chợ Kế Xuyên ba cây số về phía biển. Vào nhà dì, thế nào lúc ra về ba tôi cũng được dì tặng vài chục ký gạo "đem về cho sắp nhỏ". Chẳng biết dì tôi sai đám con xúc gạo trong bồ từ lúc nào mà khi ba tôi bước ra sân đã thấy một bao gạo to tướng cột sẵn phía sau xe, lần nào cũng thế.

"Đứa nào đi Trà Long không, bay?", mỗi lần ba tôi dắt xe ra vừa hắng giọng hỏi to, bao giờ mấy anh em tôi cũng nhao nhao giành đi theo.

Kế Xuyên nối Trà Long bằng một con đường đất, hai bên là ruộng đồng. Rất nhiều lần, tôi ngồi sau lưng ba tôi chạy mới nửa đường đã nghe tiếng reo mừng rỡ vọng lên từ những vạt ruộng: "Ánh! Ánh! Ê, thằng Ánh về chơi kìa!". Tôi quay mặt nhìn, thấy trong vô số bóng người đang lom khom cấy lúa có hai cô gái đứng thẳng lưng lên, quay về phía tôi và toét miệng ra cười. Đó là chị Nhí lớn và chị Nhí nhỏ, con của dì tôi.

Dì tôi theo nghề nông. Con cái của dì học nửa chừng đều bỏ ngang, ở nhà phụ ba mẹ công việc đồng áng. Suốt tuổi ấu thơ của tôi, không biết bao nhiêu lần tôi nghe tiếng reo của các người chị họ vọng lên từ bùn lầy - vất vả, cực nhọc nhưng đầy yêu thương.

Khi tôi lớn lên, chị Nhí lớn đã mất. Chị Nhí nhỏ bây giờ loay hoay nuôi người chồng bị bệnh, đã già sọm đi. Khi tôi về thăm, chị vẫn cười với tôi nhưng gương mặt không còn tỏa nắng như những gì tôi còn nhớ được khi tôi còn bé nhỏ.

3 Khi tôi còn bé nhỏ, Trà Long là một thiên đường.

Mỗi lần về chơi nhà dì, tôi luôn được các anh chị đùm bọc, yêu thương, có thức gì ngon cũng dành cho tôi. Với những người nông dân không có điều kiện tiếp tục tới lớp thì một đứa em họ được học hành tới nơi tới chốn là niềm tự hào với chòm xóm láng giềng.

Những buổi trưa hè, chúng tôi thường trải chiếu sau vườn, dưới tàng khế lúc líu trái mọc cạnh chiếc giếng đá mượt rêu xanh, chơi đủ thứ trò chơi con nít. Xa xa là hàng giậu um tùm hoa dại chạy dọc bờ mương. Bên ngoài hàng giậu là ruộng lúa, ruộng khoai mì dẫn tới dòng suối chạy ngang qua làng. Đó là dòng suối tôi đã lặn hụp suốt một thời thơ dại mỗi độ hè về.

Đó cũng là dòng suối chảy qua những trang sách *Hạ đỏ* của tôi, nơi cậu học trò tên Chương đã cùng với Nhạn và Dế ngồi vắt vẻo trên cành ổi sát mép nước để "phục kích" thằng Dư lúc thằng này lùa trâu xuống suối dầm mình - chi tiết dẫn đến cuộc gặp gỡ thơ mộng và buồn bã với cô bé Út Thêm sau này.

4 Bối cảnh của truyện *Hạ đỏ* là làng Trà Long nguyên mẫu ngoài đời. Ngôi nhà của dì Sáu trong truyện chính là ngôi nhà của dì tôi mà tôi

còn nhớ được. Ngõ trúc vào làng đã được tôi mô tả với tất cả lòng âu yếm: *"Dẫn vào làng là một ngõ trúc quanh co, sâu hút, đẹp như tranh vẽ. Trưa đứng bóng, luồn qua ngõ trúc vẫn mát rượi. Nắng bị chặn lại trên những ngọn tre trúc cong cong, chỉ rụng xuống con đường làng đầy lá khô và phân bò những giọt vàng lốm đốm. Không có nắng, nhưng ngõ trúc đầy tiếng chim. Từ sáng đến chiều, lũ chim sẻ, chim sâu, chách hoạch và chào mào đua nhau hót líu lo trên những cành nhánh lúc nào cũng đong đưa theo gió".* Sau này, tôi đặc biệt yêu thích nhạc phẩm *Đường xưa lối cũ* của Hoàng Thi Thơ chính vì hình ảnh trong ca khúc này bao giờ cũng khiến tôi bồi hồi nhớ lại ngõ trúc nên thơ dẫn vào làng Trà Long hiền hòa: *"Đường xưa lối cũ, có bóng tre, bóng tre che thôn nghèo/ Đường xưa lối cũ, có ánh trăng, ánh trăng soi đường đi"...*

Tôi yêu Trà Long đến mức khi trở thành nhà văn tôi đã dùng cái tên này đặt tên cho một trong những nhân vật nữ mà tôi yêu nhất trong các tác phẩm của mình: Trà Long, cô bé trong sáng, hồn hậu trong truyện dài *Mắt biếc*.

5 Năm tôi tám tuổi, gia đình tôi rời làng Đo Đo xuống Cẩm Lũ, chỉ cách Trà Long dăm cây số.

Nhưng chẳng bao lâu gia đình tôi dọn ra thị trấn Hà Lam, một thời gian sau lại dời vô thành phố Tam Kỳ. Rồi tôi ra Đà Nẵng học lớp mười hai, vào Sài Gòn học đại học. Thời gian càng trôi qua, tôi càng lớn lên, càng cách xa Trà Long tuổi nhỏ.

Sau 1975 cả nước khó khăn, tôi đi thanh niên xung phong đào kênh cuốc đất ở Củ Chi, gia đình tôi đi kinh tế mới Lâm Đồng, làng Trà Long trở thành tít tắp. Ngăn cách tôi và Trà Long trong thời kỳ đó không chỉ là không gian, thời gian mà cả những dâu bể đời người.

Mãi về sau này, khi cuộc sống đã bớt vất vả, tôi mới có dịp về thăm lại Trà Long để bùi ngùi chứng kiến mái tóc bạc trắng của dượng tôi và vô số vết nhăn được thời gian và bao nỗi lo toan chạm trổ trên mặt dì tôi. Các anh chị tôi người đi Đắc Lắc, kẻ vô Cà Mau, lưu lạc chân trời góc bể.

Hôm đó tôi ra sau vườn, ngồi một mình trên thềm giếng đá năm xưa, nhìn hoa khế tím rụng ngập ngừng trên tóc, bắt gặp mình rưng rưng buồn.

6 Tôi viết truyện cho trẻ em, thực ra cũng là cách để tôi đi tìm lại tuổi thơ - cái tuổi thơ xa xăm mà mỗi lần nhớ tới tôi vừa cảm thấy êm

đêm lại vừa nhận ra mình thổn thức, biết rằng món quà tuyệt vời đó một khi thời gian đã lấy đi sẽ không bao giờ trả lại cho ai.

"Ngày mai, khi cháu đến tìm chú, hẳn lúc ấy mặt trời đã lên và những cánh phượng cuối cùng của mùa hè đang bắt đầu ứa máu. Nhưng Trà Long yêu thương của chú, chú vẫn tin rằng, dù sao lúc ấy cháu cũng sẽ không khóc, cháu sẽ không khóc, có phải thế không?", khi tôi viết những dòng cuối cùng trên trang cuối cùng của truyện dài *Mắt biếc,* thực lòng tôi cũng không rõ tôi muốn làm yên lòng cô bé Trà Long ngây thơ trong truyện hay tôi đang muốn sưởi ấm ngôi làng Trà Long xa vời trong ký ức tuổi thơ tôi?

15-6-2014

bút mực buồn thiu

1 Tháng 6 năm 2012, sau khi đi một vòng Sài
Gòn, Vũng Tàu, Đà Nẵng, Hà Nội và Cần Thơ
để gặp gỡ và tặng chữ ký cho bạn đọc nhân dịp
ra mắt tác phẩm *Có hai con mèo ngồi bên cửa sổ*,
khi về nhà ngón tay giữa của tôi sưng một cục.
Thoạt đầu tôi không biết tại sao ngón tay tôi lại
vô duyên vô cớ sưng vù, nghĩ mãi mới biết là do
tôi phải cầm bút ký tên nhiều quá. Những lần ra
sách trước, gặp gỡ bạn đọc tại một, hai địa điểm

thì không sao. Lần này Nhà xuất bản Trẻ tổ chức đi nhiều nơi, gặp gỡ nhiều bạn đọc, số lần cầm bút của tôi tăng lên đột ngột, ngón tay giữa bị ma sát nhiều, chịu không nổi.

Dĩ nhiên, nếu tôi là tôi hồi xưa, hồi chưa có máy vi tính, chắc tay tôi không đến nỗi. Trước khi sáng tác trên máy vi tính có một thời gian dài tôi sáng tác trên máy đánh chữ. Máy đánh chữ tất nhiên chỉ dùng để sáng tác, còn thư từ hay các thứ giấy tờ khác nói chung vẫn phải viết bằng tay, nghĩa là bàn tay cầm bút vẫn còn hoạt động.

Đến khi máy vi tính xuất hiện thì ôi thôi, các ngón tay không còn dùng để cầm bút nữa, chỉ toàn gõ phím. Viết đơn nghỉ phép gửi cơ quan, viết đơn gửi nhà trường xin cho con nghỉ ốm, viết hợp đồng mua bán xe... tất tần tật đều viết trên máy vi tính. Cho tới cái ngày các tiện ích email và chat trở thành thông dụng thì cả đến chỗ thư từ riêng tư cũng giao cho bàn phím "phụ trách" nốt. Chỉ có những ghi nhớ vặt vãnh và cấp thời họa may mới cần tới bút và sổ tay. Nhưng đến khi các loại smartphone ra đời thì cái mảnh đất cuối cùng dành cho giấy bút đó cũng bị thu hồi không thương tiếc. Cần ghi nhớ khẩn cấp thì gõ vào "Notes" (Ghi chú) trên màn hình; vừa khẩn cấp vừa dài dòng thì bấm "Recorder" (Ghi âm), về nhà mở ra từ từ nghe lại.

2 Lâu dần, bàn tay không đụng đến cây bút. Bút thì vẫn để trên bàn làm việc nhưng ít có dịp sờ đến. Thật khác xa hồi xưa. Mà cái hồi xưa đó cũng đâu xưa lắm. Năm 1986 tôi chuyển sang làm báo, đi đâu cũng kè kè cây bút và cuốn sổ, đến nơi nào cũng hí hoáy chép chép ghi ghi. Phóng viên báo chí bây giờ, chỉ mang theo cái điện thoại di động bé xíu đã có thể ung dung hành nghề. Các loại smartphone tích hợp đủ thứ chức năng: ghi âm, chụp ảnh, quay phim, độ phân giải còn tốt hơn máy chụp ảnh chuyên dùng thời trước. Chưa kể các dịch vụ wifi và 3G kèm theo điện thoại còn cho phép các nhà báo thời @ có thể tra cứu tin tức, tư liệu trên internet nhanh như chớp, và gửi tin bài ảnh iếc về tòa soạn chỉ trong nháy mắt. Tóm lại, sổ vẫn trong cặp, bút vẫn giắt trên mép túi, nhưng thực sự xài chẳng bao nhiêu.

Bàn tay lúc ấy chỉ có cầm đũa ăn cơm, nâng lên đặt xuống ly bia cốc rượu. Chẳng mấy khi cầm bút lên viết, nên ngón tay tôi mới sưng vù khi việc ký tên vốn bình thường bỗng trở nên "quá tải".

3 Nhớ hồi nhỏ, bàn tay suốt ngày lem mực. Đi học, một tay xách cặp, một tay đong đưa lọ mực, đứa nào cũng thế. Chẳng nhớ hồi đó cầm bút kiểu gì mà mực cứ dây ra các ngón tay, dây cả vào tập, bị cô giáo nhắc nhở không biết bao nhiêu lần. Cứ mỗi lần dây mực ra tập, tôi lại dùng giấy thấm chấm lên vết mực. Không có giấy thấm thì dùng viên phấn lăn qua lăn lại để hút mực, hút xong còn bôi phấn trắng lên vết ố để đánh lừa cô giáo nhưng lần nào cũng bị cô phát hiện.

Bàn học của học sinh tiểu học hồi đó luôn có một ô tròn trên mặt bàn ngay trước mặt để đặt lọ mực cho khỏi đổ. Nhưng bao giờ cũng vậy, ngồi chồm tới chồm lui, huơ tay qua phải qua trái một hồi thế nào bọn học trò hiếu động cũng huých lọ mực lăn quay khiến mực chảy tràn ra bàn, thấm ướt cả tập vở. Chỉ đến khi bậc thông thái nào đó chế ra chiếc lọ chúc ngược mực vẫn không chảy ra ngoài, chúng tôi mới thôi bị cô giáo la mắng hay trách phạt.

4 Mực thôi dây ra tập, nhưng vẫn lem đầy các ngón tay. Đó là đặc điểm của bàn tay học trò. Bàn tay mực tím. Tại sao là bàn tay mực tím mà không phải là bàn tay mực xanh? Theo quy định của nhà trường thời đó, học trò tiểu học chỉ được viết bằng mực tím. Muốn viết mực xanh cho ra vẻ người lớn phải đợi lên trung học. Lên trung học, học trò dùng bút máy nên các ngón tay không còn lem mực nữa.

Học trò tiểu học viết bằng mực tím và bắt buộc viết bằng bút mực (tức là bút chấm mực, cán bút bằng gỗ, ngòi bút có hình bầu hoặc hình lá tre) để rèn chữ, vì các ngòi bút này tạo ra nét mảnh và nét đậm. Bút máy bị cấm ngặt với học trò tiểu học. Bút bic, sau này gọi là bút bi, thì tuyệt đối không được dùng, kể cả với học sinh trung học. Các nhà sư phạm cho rằng viết bằng bút bi, nét trơn tuột, học trò dễ sinh thói viết tháu, viết ẩu, chữ sẽ xấu đi.

Lúc tôi còn nhỏ, chỉ riêng chuyện bút và mực, nhà trường đã quy định rất chặt chẽ.

5 Vì vậy mà lên lớp đệ thất (lớp sáu bây giờ) đối với bọn học trò tiểu học là một sự kiện trọng đại. Vì được mặc đồng phục. Vì được dùng mực xanh. Vì được xài bút máy. Tức là đã qua cái tuổi nhóc tì, đã không còn phải xài bút mực để rèn chữ. Tức là đã mon men tập làm người lớn.

Thật là sung sướng khi không phải cứ viết vài

chữ lại thò bút vào lọ mực để chấm, có khi chấm nguyên một cục mực chưa tan. Cục mực dính vào ngòi bút như xác ruồi, không cẩn thận thế nào cái "xác ruồi" tai hại đó cũng sẽ rơi "bép" một cái lên trang vở. Đôi khi mắt kịp nhìn thấy, tay vội vàng rảy mạnh cho cục mực văng ra. Nó văng ra thì nó không rớt xuống tập của mình nhưng lắm lúc nó văng vô tập, tệ hơn nữa là văng vô áo của đứa ngồi cạnh, thế là om sòm khóc lóc, méc thầy méc cô loạn xị cả lên.

Bây giờ có bút máy rồi thì cuộc đời nó phải khác. Từ bút mực lên bút máy, cuộc "đổi đời" đó nó cũng khiến con người lâng lâng ngây ngất như từ chỗ đạp xe đạp tiến lên chỗ lái xe máy vậy. Xe máy có nhiều kiểu thì bút máy cũng có nhiều loại. Cấp thấp thì xài bút Alpha, cấp cao thì xài bút Pilot. Còn siêu cấp thì xài bút Paker. Thực ra lúc còn đi học, tôi chỉ thấy thầy cô giáo đôi khi xài bút Paker, chứ học trò không thấy ai dùng. Đời tôi sở hữu được một cây Pilot đã sướng rơn, vì ngòi bút Pilot gần như không bao giờ bị rè dù viết... đến già.

6 Sau 1975, một thời gian dài gần như cả xã hội xài bút bi. Bút bi xài hết mực thì đem đi bơm mực để xài tiếp chứ không vứt đi rồi mua cây

khác như thói quen trước đó. Thời hậu chiến cuộc sống khó khăn đến mức thứ gì cũng nghĩ cách xài đi xài lại, nói văn hoa là "tái sử dụng". Vì thế mới có câu vè để chỉ các nghề thịnh hành thời đó: *"Dán lại áo mưa rách/ Bơm mực ruột bút bi/ Tái chế dép nhựa cũ/ Lộn cổ áo sơ mi"*. Tất nhiên các thứ nghề kỳ quái này hiện nay đã "thất truyền". Đã gần nửa thế kỷ trôi qua, mọi thứ đều thay đổi. Bây giờ bút bi xài xong là liệng, mua cây bút mới. Không những thế, đủ loại bút tiện dụng ra đời. Ở các cửa hàng văn phòng phẩm, hằng hà sa số các loại bút, không thiếu chủng loại kiểu dáng gì: bút máy, bút bi, bút nhũ, bút bảng, bút xóa, bút sáp, bút lông kim, bút lông dầu, bút lông màu, bút dạ quang...

Khổ nỗi, khi bút loại gì cũng có thì lại đến lúc nhiều người không có dịp sờ tới bút. Thời đại kỹ thuật số, thỉnh thoảng có dịp cầm bút thì ngón tay giữa lại sưng vù. Như tôi hôm nọ.

Cho nên bút thì vẫn nằm đó, trên bàn, ngay trước mặt, bút mua cũng có bút được tặng cũng có, cả chục cây, nhưng cây nào cây nấy mực hầu như còn nguyên. Trông đông đúc thế mà vẫn buồn thiu!

6-7-2014

nghề kinh doanh bàn phím

1 Có một giai thoại về Victor Hugo, văn hào người Pháp, tác giả bộ truyện *Những người khốn khổ* lừng danh: "Một lần Victor Hugo đi thăm nước Phổ. Khi đến biên giới Pháp - Phổ, một nhân viên hải quan Phổ hỏi: 'Xin ông cho biết ông làm nghề gì?'. 'Tôi viết'. 'Tôi muốn hỏi ông sinh sống bằng gì?'. Lần này Victor Hugo đáp gọn: 'Bằng ngòi bút'. Nhân viên hải quan nọ gật đầu ra vẻ hiểu biết. Sau đó anh ta ghi vào tờ thị thực nhập cảnh: 'Victor Hugo, nhà kinh doanh ngòi bút'".

Chuyện không rõ thực hư nhưng nó cho ta thấy ở thế kỷ 19 có thể dân châu Âu chưa coi viết văn là một nghề, hay ít ra là một nghề nghiêm chỉnh.

Đọc mẩu chuyện này, tôi mỉm cười tưởng tượng lúc đó đã có computer và Victor Hugo viết văn trên máy tính, hẳn ông đã trả lời "Tôi sống bằng bàn phím" và tay nhân viên hải quan gà mờ nọ thế nào cũng ung dung tương câu: "Victor Hugo, nhà kinh doanh bàn phím" vào tờ thị thực nhập cảnh của nhà văn.

2 Các nhà văn trẻ ở ta bây giờ có lẽ hầu hết đều viết trên computer. Càng trẻ càng dễ tiếp cận và tiếp nhận công nghệ hiện đại và không có lý gì giữa thời đại kỹ thuật số, các nhà văn trẻ lại ép mình viết bằng tay, cặm cụi ì ạch như trâu kéo cày. Thậm chí người viết trẻ bây giờ vừa viết xong chương nào có thể giới thiệu ngay chương đó trên internet để người đọc bình luận, góp ý. Có người chỉ viết cảm nhận hằng ngày của mình dưới dạng nhật ký mạng, cũng không có ý định

làm văn chương, nhưng khi nhận được nhiều đồng cảm và khuyến khích của bạn đọc, đã tập hợp lại và in thành sách, thậm chí có trường hợp là sách bán chạy. Và thuật ngữ "văn chương mạng" ra đời!

Bây giờ giả như các nhà văn tiền bối Vũ Trọng Phụng, Nam Cao, Nguyễn Công Hoan đội mồ sống dậy, nhìn các nhà văn thời @ hành nghề, các vị mất chữ O mồm chữ A là cái chắc!

3 Viết tay, viết trên máy đánh chữ hay viết trên computer, thực ra chỉ là thay đổi công cụ lao động. Thoạt đầu có thể chưa quen nhưng khi đã thích nghi được rồi, tôi tin tư duy và cảm xúc của nhà văn không bị tác động đáng kể bởi phương tiện hành nghề. Có khi không cần một công cụ nào, nhà văn vẫn sáng tác được, chỉ bằng vào... trí nhớ: có những nhà văn nhà thơ trong tù lắm nhẩm sáng tác từng câu trong óc rồi cố học thuộc lòng, về sau vẫn có thể ghi lại đầy đủ.

Dẫu sao, trong thời buổi hiện nay sáng tác trên computer vẫn đang và sẽ là xu thế toàn cầu. Vì máy vi tính cung cấp cho người viết những tiện ích mà các công cụ khác không có được. Nó cho phép tẩy xóa dễ dàng, lưu trữ thuận lợi, nhân bản chớp nhoáng. Bản thảo luôn luôn sạch sẽ và chỉ cần click chuột một cái, các tòa soạn báo hay các nhà xuất bản sẽ lập tức nhận được trong vài giây.

Chưa kể, khi máy vi tính kết nối với internet, nhà văn gặp lúc cần tư liệu cho bài viết, đã có một kho tàng kiến thức của nhân loại đang ngủ yên trên các websites sẵn sàng thức dậy chờ đáp ứng. "Mr. Google" hiện nay đang đóng vai người quản thủ thư viện dễ tính không chỉ cho học sinh, các nhà nghiên cứu, các doanh nhân mà cho cả các nhà văn.

Việc truy tìm tri thức trên internet thuận tiện và phổ cập đến mức hàng loạt tờ báo giấy phải đóng cửa, nhiều tờ báo nổi tiếng thế giới như Lloyd's List, Christian Science Monitor, Newsweek, US News & World Report phải chuyển sang phiên bản điện tử để tồn tại, trong đó tờ Lloyd's List của nước Anh thuộc loại lâu đời nhất thế giới (ra số đầu tiên năm 1734). Tờ này rất có uy tín với các bài phân tích chuyên sâu, đặc biệt về vận tải biển, sau 280 năm "đại thọ" cuối cùng cũng buộc phải nói lời "cáo phó" với phiên bản báo giấy để mong kéo dài cuộc sống dưới hình thức online. Thậm chí bộ *Đại bách khoa toàn thư Britannica* lừng danh sau 244 năm đồng hành cùng bạn đọc toàn cầu mới đây cũng tuyên bố ngưng ấn hành bản in giấy để chuyển sang hình thức kỹ thuật số.

4 Vậy thì hà cớ gì các nhà văn của chúng ta phải cố bơi ngược dòng chảy của văn minh?

À, nếu có một cái cớ thì cái cớ đó ắt nằm ở chỗ này: Từ "người cầm bút" xưa nay vẫn dùng để chỉ nhà văn từ nay sẽ không còn đúng nữa. Hàng loạt cụm từ quen thuộc như "sống bằng ngòi bút", "sức mạnh của ngòi bút", "những cây bút trẻ"... không khéo phải sửa lại thành "sống bằng bàn phím", "sức mạnh của bàn phím", "những bàn phím trẻ"... cho hợp với xu thế mới cũng nên.

Nói vui thế thôi, có lẽ chẳng ai nghĩ đến việc sửa đổi. Trong tiếng Anh, từ "pen" (cây bút) có thể được diễn giải như dạng viết tắt của ba từ dính líu trực tiếp đến văn chương: poets, essayists và novelists (các nhà thơ, nhà viết tiểu luận và tiểu thuyết gia) như cách đặt tên của Hội văn bút quốc tế (PEN Club). Dù không biết rõ xuất xứ của từ "PEN Club", nhìn vào chữ "pen" ai cũng có thể đoán ra đây là nơi sinh hoạt của mấy tay viết lách. Chứ nhìn chữ "Keyboard Club" (giả như có ai điên điên thay từ "cây bút" bằng từ "bàn phím"), mười người hết chín chắc chắn sẽ cho rằng đây là hiệp hội của mấy ông kinh doanh computer.

5 Suy cho cùng, cây bút từ lâu đã là biểu tượng cho giới viết văn. Đã là biểu tượng thì không nhất thiết phải trùng khít với thực tiễn vốn đổi thay từng ngày. Viết đến đây, tôi chợt nhớ đến World Cup 2002 tổ chức ở Nhật - Hàn. Trong giải đấu đó, cho đến trước trận chung kết diễn ra giữa Đức - Brazil, tiền đạo Klose của tuyển Đức đã ghi được năm bàn thắng, kém tiền đạo Ronaldo của tuyển Brazil một bàn. Đặc biệt, năm bàn thắng của Klose đều ghi bằng đầu. Giả như trong trận chung kết, Ronaldo không ghi bàn, còn Klose đánh đầu vô lưới Brazil hai quả nữa để nâng thành tích lên thành bảy bàn, đương nhiên Klose sẽ được FIFA trao giải "Chiếc giày vàng" dành cho chân sút ghi nhiều bàn thắng nhất cho dù những bàn thắng đó anh hoàn toàn không sút bằng chân, tất nhiên cũng chẳng liên quan gì đến "giày".

Rất may rốt cuộc Ronaldo lập cú đúp vào lưới tuyển Đức để ngăn không cho điều trái khoáy đó xảy ra. Nhưng tôi tin nếu chẳng may giá định éo le của tôi lỡ thành sự thật, FIFA cũng không bao giờ đổi tên giải thưởng "Chiếc giày vàng" thành... "Cái đầu vàng" để thích ứng với sở trường chơi đầu của Klose.

Bởi "Chiếc giày vàng" từ lâu đã được hiểu là một danh hiệu nhằm tôn vinh cầu thủ ghi nhiều bàn thắng nhất, bất chấp cầu thủ đó có chạm bóng bằng giày hay không. Cũng như vậy, "cây bút" là biểu tượng cho giới viết văn, mặc dù những nhà văn hiện đại có người cả đời không hề dùng tới bút. Ờ nhỉ, có sao đâu!

13-7-2014

ra vườn chờ hoa nở

1 Đến một ngày, cây huỳnh anh trên sân thượng bắt đầu ra hoa.

Đã ba, bốn tháng nay, mỗi ngày anh đều chăm chỉ tưới nước, bón phân nhưng những đóa hoa vàng dường như đang hẹn hò rủ nhau đi vắng. Trên cành, mỗi sớm mai ra vườn anh chỉ thấy gió lùa qua khe lá xanh.

Thế rồi, khi anh đã bắt đầu thôi mong ngóng,

ở đầu các nhánh lá những chiếc búp nhọn như những măng tre be bé nhú ra không biết từ bao giờ, bí mật và lặng lẽ.

Những chiếc búp mỗi ngày một lớn lên, bụ bẫm như những đứa trẻ, từ màu xanh ngả dần sang màu mỡ gà để chuẩn bị thay áo mới.

Thế là những bông hoa đã trở về, anh reo thầm, khi một tinh mơ nhìn qua ô cửa, anh bắt gặp bông hoa đầu tiên rung rinh trên đầu nhánh lá.

Anh xô cửa chạy ra vườn, nhón gót sờ tay vào bông hoa, thận trọng và âu yếm vuốt ve từng cánh vàng tươi mơn mởn. Sau đó anh giơ máy ảnh lên chụp bốn, năm kiểu liền.

Ngày hôm đó, gặp ai anh cũng giở mấy tấm ảnh ra khoe: "Bông hoa đầu tiên trong vườn tôi đó. Đẹp không?". Giống như người mẹ khoe ảnh đứa con đầu lòng: "Cháu xinh không? Lại ngoan nữa, bú rất ghê và không quấy bao giờ".

2 Rồi bông hoa thứ hai, thứ ba tiếp tục chào đời.

Sáng nào, anh cũng bắc một chiếc ghế ra ngồi giữa khu vườn nhỏ trên sân thượng, nhấm nháp ly cà phê trên tay vừa ngắm những bông hoa. Có khi anh ngồi như vậy hàng giờ, cho đến khi hàng nghìn sợi nắng rớt xuống đan dày trên vai trên tóc.

"Cây huỳnh anh đã nở được năm bông hoa rồi", anh khoe cả nhà vào giờ cơm. Rồi đột nhiên anh bắt gặp mình tò mò "Ủa, những bông hoa nở vào lúc nào nhỉ?". Anh nhớ, chiều nào nhìn thấy chiếc búp lớn bằng ngón tay cái, thế nào sáng hôm sau chỗ đó cũng xuất hiện một bông hoa.

Nửa đêm hôm đó anh ra vườn, tay cầm chiếc đèn pin. Giữa những chiếc lá đang thiếp ngủ, những búp hoa dường như đang cựa quậy. Anh có cảm giác thế, tưởng tượng đến những đứa bé đang quẫy đạp trong bụng mẹ đòi chui ra.

Nhưng những cánh hoa trong đêm cứ quẫy đạp hoài hoài làm anh sốt ruột quá. Anh chạy vào nhà, nằm thao thức một hồi lại xách đèn pin chạy ra. Những cánh hoa vẫn còn mê mải cuộn mình. Có cảm tưởng chúng cứ nấn ná ôm lấy nhau để chống đỡ cái lạnh của sương khuya.

3 Đêm đó, anh chạy ra chạy vào không biết bao nhiêu lần.

Anh nhớ hồi bé, anh từng bồi hồi chờ xem những chú gà con tách vỏ. Khi tiếng chiêm chiếp vọng tới từ ổ rơm nơi gà mẹ đang ấp trứng, anh biết gà con đã nở. Thế là anh chạy vội ra chuồng, ẵm chị gà mái ra khỏi ổ rơm. Bên cạnh dăm chú gà con lông vàng óng ngoác mỏ kêu vang, những quả trứng còn lại đang lắc lư như có gió thổi. Chúng rất giống những quả trứng của các nhà ảo thuật. Ờ, không ai chạm vào mà quả trứng vẫn xoay. Lạ ghê!

Lạ gì đâu! Chính các chú gà con đang làm ảo thuật đấy. Bên trong bầu trời tròn quay và tối om om đó, các chú vừa thức dậy sau một giấc ngủ dài, nhúc nhích chân phải một tí cho đỡ mỏi, cựa quậy chân trái một tẹo cho đỡ tê, rồi nôn nao lấy mỏ mổ bầu trời.

Anh ngồi xổm cạnh ổ rơm, mắt chăm chăm nhìn các quả trứng, vẻ mặt hồi hộp như đang chờ đón một sự kiện trọng đại. Thoạt đầu vỏ trứng thủng một lỗ nhỏ. Rồi một lỗ nữa, lớn hơn, lần này có một cây gai màu vàng ló ra rồi biến mất. Đó là chiếc mỏ của chú gà con. Chiếc mỏ tí hon đó khoét thêm vài lỗ nữa trên vỏ trứng, chẳng mấy chốc bầu trời rách một mảng to tướng và chú gà sơ sinh thò đầu ra ngơ ngác nhìn quanh. Chú không khóc "oe oe" như đứa trẻ loài người. Chú kêu "chiếp, chiếp" bằng giọng vui mừng như muốn nói: "Chào thế giới, tôi là gà con đây!". Trông chú vô cùng hạnh phúc khi được góp mặt với đời.

Và anh nữa, anh cũng vô cùng hạnh phúc khi nhìn thấy chú (và các anh em của chú) bước ra khỏi chiếc vỏ của đêm trường trong giây phút nhiệm màu đó của tạo hóa.

4 Tận mắt chứng kiến sự ra đời của một chú gà, một bông hoa hay một ngày mới, bao giờ cũng đem lại cho anh những cảm xúc hân hoan đặc biệt.

Mỗi lần ra biển, anh luôn cố dậy trước mặt trời (mặc dù không phải lúc nào anh cũng dậy nổi) chỉ để ngồi bệt trên cát thấp thỏm chờ vầng dương từ từ ló dạng khỏi đường chân trời. Như những chú gà con, đó là lúc mặt trời tách vỏ đêm, báo hiệu một ngày mới ra đời. Nhiều người thích ngắm cảnh bình minh, không chỉ vì đó là một hình ảnh đẹp, mà còn vì sự hứng khởi, thậm chí cả sự biết ơn, mà một sự bắt đầu có thể đem lại như nhà thơ Kahlil Gibran từng rưng rưng chia sẻ: *"Cảm ơn đời mỗi sớm mai thức dậy/ Ta được thêm ngày nữa để yêu thương"*.

Cho nên chuyện anh chạy ra chạy vào trong đêm để chờ chứng kiến khoảnh khắc sinh nở của một bông hoa, xét cho cùng cũng không có gì điên lắm, mặc dù đôi khi trông anh giống như một tín đồ đang chờ chiêm bái một phép lạ sắp tới giờ hiển linh.

Khuya đó, tới lần thứ tư ra vườn anh mới thấy những cánh hoa đã nới lỏng vòng ôm để chiếc búp ấp úng nở ra, dù vẫn chưa xòe hết cánh.

Tất cả chỉ có vậy thôi, anh không thể trông thấy được sự chuyển động tinh tế của một búp non đang cựa mình. Dĩ nhiên anh có thể đặt máy quay phim suốt đêm để ghi lại từng chuyển động nhỏ nhất của một bông hoa và ngày hôm sau xem lại trên màn hình với tốc độ tùy thích. Nhưng như vậy là anh đang xem phim, như xem một cuốn phim khoa học trên kênh Discovery chứ không phải đang ngắm một bông hoa rón rén chào đời trong sương giá. Ở đây, thiếu mất sự giao hòa với thiên nhiên, dù sau một đêm lăng xăng ngoài trời, ngày hôm sau anh nằm rên hừ hừ vì cảm lạnh.

Nhưng tối mai, anh nhất định sẽ lại ra vườn, với chiếc đèn pin trên tay. Lần này có thêm khăn quàng và áo ấm...

20-7-2014

oan ức ti-gôn

1 Năm mười hai tuổi, lần đầu tiên tôi nghe bài thơ *Hai sắc hoa ti-gôn* của T.T.Kh. Ba tôi dạo đó ban ngày đi làm, buổi tối cơm nước xong hay ra ngồi trên chiếc ghế xếp trước hiên, ngâm thơ (cho chính ông nghe) hoặc kể chuyện (cho chúng tôi nghe).

Ba tôi mê thơ tiền chiến. Nhờ những buổi tối ngồi cạnh ông, tôi biết đến *Nhớ rừng* của Thế

Lữ, *Nhạc sầu* của Huy Cận, *Người hàng xóm* của Nguyễn Bính và *Hai sắc hoa ti-gôn* của T.T.Kh...

Những năm tiểu học, ba tôi đi làm xa, tôi mê mẩn những chuyện kể của bà tôi và chú tôi. Lên trung học, ba tôi đưa gia đình ra huyện lỵ, tôi mới có dịp ở gần ông.

Trẻ em thích nghe chuyện là điều bình thường. Nhưng một khi trẻ em thích nghe thơ, có thể tin tình yêu văn chương đã bắt đầu nảy mầm trong lòng đứa trẻ. Ba tôi chính là người gieo vào lòng tôi tình yêu ban đầu đó qua những bài thơ ông thường ngâm nga vào mỗi buổi tối.

Lên lớp tám, lớp chín, tôi tập tành sáng tác văn thơ, cùng dăm đứa bạn thành lập bút nhóm Mặt Trời Khuya, và phân công nhau lùng sục các tập thơ tiền chiến của Xuân Diệu, Nguyễn Bính, Hồ Dzếnh, Đinh Hùng, Lưu Trọng Lư... do Nhà xuất bản Hoa Tiên tái bản.

Hoa Tiên in lại gần như đầy đủ các thi tập nổi tiếng thời tiền chiến, trừ T.T.Kh. Vì tác giả này chỉ xuất hiện trong thời gian ngắn, đăng báo vỏn vẹn có bốn bài trên hai tờ *Tiểu Thuyết Thứ Bảy* và *Phụ Nữ Thời Đàm*, đủ để tạo nên một nghi án văn chương nhưng không đủ tạo nên một thi tập.

Chúng tôi phải tìm đọc thơ T.T.Kh. qua các tập khảo cứu, phê bình *Thi nhân Việt Nam* của Hoài Thanh - Hoài Chân, *Việt Nam thi nhân tiền chiến* của Nguyễn Tấn Long - Nguyễn Hữu

Trọng, *Khuynh hướng thi ca tiền chiến* của Nguyễn Tấn Long - Phan Canh xuất bản vào thời đó.

2 Mười ba, mười bốn là tuổi mộng mơ. Đọc những câu thơ *"Người ấy thường hay vuốt tóc tôi/ Thở dài trong lúc thấy tôi vui/ Bảo rằng: hoa giống như tim vỡ/ Anh sợ tình ta cũng vỡ thôi"*, tôi không khỏi thấy lòng mình nao nao.

Năm lớp chín, tôi đã biết để ý đến bạn gái, đã biết giận hờn, nhưng để nếm trải cảm giác thất tình hay tan vỡ tôi còn phải vất vả đợi thêm một thời gian dài nữa. Nhưng ngay từ lúc đó, hình ảnh và âm hưởng của những câu thơ trên đã thực sự làm lay động tâm hồn một đứa con trai mới lớn. Tôi bắt gặp một nỗi buồn man mác len vào hồn tôi, mơn man trên tóc tai tôi.

Bài thơ *Hai sắc hoa ti-gôn* của T.T.Kh. nổi tiếng đến mức hàng loạt nhạc sĩ thời danh hồi đó đã lấy nó làm cảm hứng sáng tác. Những ca khúc phổ thơ hoặc dựa vào ý thơ *Hai sắc hoa ti-gôn* của Trần Trịnh, Anh Bằng, Song Ngọc, Hà Phương, Trần Thiện Thanh... qua giọng ca Thanh Thúy, Hoàng Oanh, Thái Thanh, Giao Linh, Nhật Trường... một thời tràn ngập sóng truyền thanh khiến tôi suốt ngày ư ử hát theo và dậy lên ao ước cháy bỏng được một lần nhìn thấy loài hoa này.

3 Trong bài *Hai sắc hoa ti-gôn*, khổ thơ nổi tiếng nhất, được nhiều người thuộc nhất và được "chế" thành nhiều phiên bản nhất vẫn là: *"Nếu biết rằng tôi đã lấy chồng/ Trời ơi! Người ấy có buồn không/ Có thầm nghĩ tới loài hoa vỡ/ Tựa trái tim phai, tựa máu hồng".*

Riêng với tôi, khổ thơ đó cung cấp thêm thông tin: Té ra hoa ti-gôn có màu đỏ! Nếu cánh hoa không phải màu đỏ, nó không thể "tựa trái tim phai", "tựa máu hồng".

Chuyện tưởng không có gì phải bàn cãi. Ngặt nỗi, ở khổ thơ trước đó, tác giả lại viết: *"Thuở ấy nào tôi đã hiểu gì/ Cánh hoa tan tác của sinh ly/ Cho nên cười đáp: "Màu hoa trắng/ Là chút lòng trong chẳng biến suy!"*

Chỗ này, T.T.Kh. viết rõ "màu hoa trắng". Vậy hoa ti-gôn có màu trắng hay màu đỏ? Một thời gian dài, tôi cứ thắc mắc hoài, vì quê tôi không có hoa ti-gôn. Và những nơi tôi đi qua cũng không thấy ở đâu trồng loại hoa này.

Hoa ti-gôn (Tigone) còn gọi là hoa ăng-ti-gôn (Antigone). Theo truyền thuyết Hy Lạp, Antigone - con gái của Oedipe (vẫn thường được biết đến dưới khái niệm "mặc cảm Oedipe" do nhà phân tâm học Sigmund Freud đề xướng), sau khi chết đi trên mộ mọc lên một loài hoa lạ. Đó là hoa ti-gôn hay ăng-ti-gôn, dựa theo tên của cô gái. Có lẽ loài hoa này có nguồn gốc nước ngoài nên trước đây không trồng phổ biến ở Việt Nam.

4 Thời gian trôi qua, thế cuộc đổi thay công việc bộn bề, tác giả T.T.Kh. với những vần thơ sầu não dần lui vào dĩ vãng và những thắc mắc về cánh hoa ti-gôn đã bị phủ bụi trong tâm trí tôi từ lâu.

Gần đây, tôi cặm cụi trồng một khoảnh vườn be bé trên sân thượng và tình cờ thay, loài hoa leo giàn đầu tiên bạn tôi đem tới tặng là... hoa ti-gôn. Từ đó, mới nhớ lại chuyện này. Hóa ra hoa ti-gôn có ba màu: trắng, hồng xác pháo và đỏ san hô. Như vậy, khi đứng tự tình với người yêu dưới giàn hoa ti-gôn, người con gái trong thơ T.T.Kh. đang đứng dưới giàn hoa ti-gôn màu trắng. Còn khi đã lấy chồng, một "chiều thu" nhớ tới người xưa thì cô đang đứng dưới giàn hoa ti-gôn màu đỏ (hoặc màu hồng).

Hoa ti-gôn có hình trái tim: màu trắng thì giống "một chút lòng trong chẳng biến suy", màu đỏ hay màu hồng thì giống "trái tim phai", giống "máu hồng". Vì thế bài thơ mới có tên là *Hai sắc hoa ti-gôn*, một chi tiết có thể ít người để ý do bị lấn át bởi cảm xúc mãnh liệt về tình yêu trái ngang mà bài thơ đem lại. Thắc mắc của tôi năm nào tự nhiên được... chính hoa ti-gôn giải đáp.

Tôi cũng không nghĩ hoa ti-gôn bé đến vậy. Cứ nghĩ hoa leo giàn ắt phải to như hoa tỏi, hoa cát đằng hay hoa huỳnh anh. Không ngờ đó là loại dây leo thân mảnh, lá nhỏ bản, hoa mọc thành chuỗi, trông xinh xắn và thanh nhã vô cùng. Đó là loài hoa đã trót nhìn thật khó mà rời mắt đi nơi khác.

Ngắm hoa ti-gôn một hồi, tôi lẩn thẩn nghĩ chắc cô gái chàng trai trong bài thơ của T.T.Kh. đứng dưới giàn hoa ti-gôn là do tình cờ thôi. Chứ loài hoa này bao giờ cũng gợi lên cảm xúc thanh khiết, lãng mạn và tươi sáng, không phù hợp làm chứng nhân cho những đổ vỡ, chia lìa.

Ờ, nếu lúc đó họ đứng dưới giàn hoa giấy, giàn nguyên tiêu, hoặc dưới... giàn mướp hay giàn khổ qua, ắt hoa ti-gôn sẽ không bị gán ghép với những chuyện "đắng lòng".

Thế mới biết, không cứ đời người mà ngay cả đời hoa đôi khi cũng gặp chuyện oan ức, xui xẻo khó lường!

27-7-2014

lan man về thú ăn ốc

1 Ở Sài Gòn dạo này các quán ốc mọc lên như nấm sau mưa. Thực ra trước đây các quán ốc đã nhiều, bây giờ còn nhiều hơn cả nhiều.

Hồi xưa gặp nhau hay rủ: "Đi lai rai nghêu sò ốc hến không?". Bây giờ người trẻ rút gọn: "Đi ăn ốc không?". Cũng đúng thôi! Nghêu sò ốc hến là bốn chủng loại khác nhau, xưa nay nhiều người quen miệng gọi như vậy có lẽ bị ảnh hưởng bởi tên vở tuồng nổi tiếng *Nghêu Sò Ốc Hến*. Chứ thực ra ở các quán ốc, sò nhiều lắm chỉ có vài loại: sò lông, sò huyết, sò dương, sò điệp. Nghêu, tệ hơn, chỉ có một, thường được biết đến dưới món nghêu hấp sả hay nghêu xào chua ngọt. Hến thì biệt tăm. Vì hến thường xuất hiện ở nơi khác, trong các quán ăn, dưới hình thức canh hến, cơm hến, cháo hến hoặc hến trộn xúc bánh tráng.

Trong quán ốc, ốc mới thực chiếm vai trò chủ đạo.

Vô số chủng loại: ốc hương, ốc giác, ốc len, ốc bươu, ốc sên, ốc tỏi, ốc nhảy, ốc mỡ, ốc dừa, ốc lá, ốc mít, ốc đá, ốc bông, ốc đỏ, chưa kể một số loại có tên lạ hoắc lạ huơ: ốc thùy, ốc chim, ốc heo, ốc vú nàng, ốc mặt trăng, ốc bàn tay, ốc cánh tiên...

Và vô số "thể loại": nướng mọi, nướng tiêu, nướng muối ớt, nướng mỡ hành, nướng phô mai, xào dừa, xào me, xào bơ, xào tỏi, xào sa tế, xào rau muống, xào giá hẹ, xào lá lốt, xào bông cải, xào nước mắm, xào sả ớt, sốt chua ngọt, sốt xí muội, sốt dầu hào, chiên bột, hấp gừng, nhồi thịt, rang muối, vân vân và vân vân...

2 Xét về hình thức, ốc cũng khác với ba động vật thân mềm còn lại.

"Ngoại hình" của nghêu, sò, hến chỉ gồm hai mảnh vỏ như hai cái nắp đơn sơ dùng để khép vào mở ra. Chỗ này mở ngoặc nói thêm: Đây là lý do tôi xếp "ốc móng tay" vào nhóm này chứ không xếp vào họ nhà ốc. Còn ốc, phức tạp hơn nhiều, có vỏ hình xoắn (chúng ta vẫn gọi là "hình xoắn ốc" hoặc "hình xoáy ốc"), vì vậy ăn ốc khá vất vả, không đơn giản như "xực" các con kia: phải hút móp cả má, hoặc phải cặm cụi khươi, khều (dân gian gọi là "lể": "lể ốc" giống như "lể gai" - *Việt ngữ chánh tả tự vị* của Lê Ngọc Trụ định nghĩa: lể = dùng kim hay vật nhọn mà cạy lên).

Con ốc nhờ ngoại hình độc đáo như vậy lại đâm ra lợi hại!

Câu thành ngữ "trai cò tranh nhau, ngư ông đắc lợi" có nguồn gốc từ điển tích Trung Hoa "bạng duật tương trì, ngư ông đắc lợi". Chuyện kể một con trai đang há miệng phơi nắng, một con cò đáp xuống, thò mỏ mổ vào thịt trai, con trai lập tức khép chặt miệng lại, kẹp cứng mỏ cò. Hai con trì níu nhau một hồi lâu, không con nào chịu buông tha con nào. Một ông chài đi ngang trông thấy, bắt cả hai con. Theo *Chiến quốc sách*, câu chuyện này do Tô Đại kể với Triệu Huệ Vương. Họ Tô bảo chính mình trông thấy cảnh đó trên bờ sông Dịch, tất nhiên với mục đích chính trị hóa câu chuyện để cảnh báo về sự tranh chấp giữa nước Yên và nước Triệu trước sự dòm ngó của nước Tần.

Con trai cũng thuộc họ sò, là loại nhuyễn thể có vỏ hai mảnh. Do vậy con cò mới dễ dàng thò mỏ ra mổ. Chuyện này không rõ Tô Đại nhìn thấy thật hay bịa ra để phục vụ ý đồ thuyết khách, nhưng nếu bịa họ Tô cũng chỉ có thể bịa sự giằng co giữa con cò với con trai hoặc con sò, con nghêu là hết cỡ. Có cho vàng Tô Đại cũng không dám đưa con ốc ra làm ví dụ. Vỏ xoắn như vỏ ốc, con cò gắp được thịt ốc chỉ là chuyện nằm mơ.

Cũng vì hình dạng uốn lượn như trận đồ bát quái này của ốc, lúc xây thành Cổ Loa, An Dương Vương quyết định xây theo hình xoắn ốc, gối nhau vòng trong vòng ngoài. Ờ, xây thành ốc tầng tầng lớp lớp mới chống được giặc, chứ xây... thành nghêu, thành hến, thành sò, chỉ có một lớp cửa mỏng manh, đạp mạnh một phát là bung, thế nước làm sao giữ được.

Ốc không chỉ hơn hẳn nghêu, sò, hến về "võ". Ốc còn lấn lướt cả về "văn". Áp vỏ ốc vào tai, ta nghe tiếng réo u u như tiếng gió biển. Vỏ nghêu, vỏ hến, vỏ sò không thể tạo ra hiệu ứng âm thanh tương tự. Vì vậy các nhà văn nhà thơ không tiếc lời ca ngợi: "trong lòng mỗi con ốc có chứa một đại dương". Không văn thi sĩ nào dành những lời mỹ miều như thế cho con nghêu, con hến, con sò.

Không chỉ về "văn", về "ăn" ốc cũng chiếm địa vị đặc biệt. Ờ, bây giờ quay lại chuyện ăn.

3 "Đi ăn ốc", như thế, tự nhiên rộ lên như một phong trào.

Ốc thu hút từ học sinh, sinh viên đến nhân viên văn phòng, cả các bợm nhậu. Có lẽ ốc không chỉ rẻ, mà còn ngon, đa dạng, hợp khẩu vị nhiều người. Lại có ưu thế: Ăn chơi cũng ổn, mà ăn để giải quyết nhu cầu của bao tử cũng xong. Vừa bình dân bụi bặm, lại vừa tài tử phong lưu. Đi ăn nhóm cả chục người cũng vui mà trai thanh gái lịch đi từng đôi cũng thú.

Từ đó suy ra, ốc, hay nói chính xác là thú ăn ốc, vừa có khả năng lan tỏa vừa có chức năng tập hợp. Hàng loạt những "Hội những người thích ăn ốc", "Câu lạc bộ những người mê ốc"... ra đời rõ ràng không phải chuyện ngẫu hứng hay bốc đồng.

Người đi ăn nhiều nên quán mở ra cũng lắm. So với các nhà hàng quán ăn khác, quán ốc bảng hiệu cụt ngủn - nhưng ấn tượng.

Đa phần coi việc gắn tên món ăn với tên chủ

quán là đã đủ. Dọc phố nhan nhản những quán kiểu như *Ốc Đào, Ốc Oanh, Ốc Xinh, Ốc Thảo, Ốc Khánh, Ốc Chị Ba...*

Có quán chỉ gắn với số nhà: *Ốc 50, Ốc 125, Ốc 346, Ốc 3/27.* Không gắn số nhà thì gắn với tên đường: *Ốc Trương Định, Ốc Điện Biên Phủ.* Cũng có trường hợp gắn với địa danh... ở tuốt luốt bên kia bán cầu: *Ốc Cali.*

Quán muốn chứng tỏ đẳng cấp thì treo bảng *Ốc Pro.* Quán muốn rủ rê lớp trẻ thì lấy tên *Ốc Sinh Viên.* Có quán gọn lỏn: *Ốc,* nghĩa là còn "prồ" hơn cả "prồ". Ừ, "ốc" - tự nó đã là thương hiệu uy tín rồi, cần gì thêm đầu thêm đuôi nữa! Trong mắt dân ăn ốc, ốc đương nhiên là Độc Cô Cầu Bại!

4 Nhưng dân ăn ốc "prồ" chỉ đi ăn ở các quán ốc chứ tuyệt không đặt chân vào các nhà hàng hải sản, dù nhà hàng hải sản cũng có bán ốc.

Ốc là món ăn dân dã, chỉ thích hợp ăn ở vỉa hè hoặc các quán bình dân. Ngồi ở những nơi này, nhìn trái nhìn phải dân ăn ốc đều bắt gặp những cách hút giống nhau, những cách khều tương tự (nói văn hoa là gặp những tâm hồn đồng điệu), tự nhiên thấy ấm cúng, thân thiết, có cảm giác đang chia ngọt sẻ bùi với các thực khách cùng sở thích trong một... lễ hội ốc.

Ngược lại, ngồi trong nhà hàng hải sản sang trọng, đang mút chùn chụt con ốc len bình dân, ngó sang bàn bên cạnh thấy các thực khách khác đang trịnh trọng ngồi bẻ tôm càng hay gỡ càng cua là đã muốn tụt cảm xúc. Cảm giác lúc đó giống hệt cảm giác của người đi lạc.

Chưa kể, cũng một đĩa ốc hương nướng mọi hay ốc dừa rang muối ớt, giá cả trong nhà hàng hải sản đắt hơn ở quán ốc bình dân gấp nhiều lần. Món ăn bình dân mà giá cả quý tộc, đó cũng là điều dân ăn ốc "prồ" không chấp nhận.

Cho nên, nếu nạn hồng thủy không bất thần xảy ra, dân ăn ốc Sài Gòn lại tiếp tục đổ ra vỉa hè hay dừng xe hàng hàng lớp lớp trước các quán ốc quen thuộc.

Câu hỏi cuối cùng: Vậy dân ăn ốc đi ăn vào lúc nào? Về chuyện này, xin mượn tâm sự của bạn Việt Bảo trong bài *May mà có ốc* in trên tờ Sài Gòn Tiếp Thị cách đây ba năm làm câu trả lời: "Lúc buồn, tôi rủ bạn bè đi ăn ốc. Lúc vui, bạn bè rủ tôi đi ăn ốc. Không vui không buồn, muốn gặp nhau, tụi tôi rủ nhau đi ăn ốc."

Hay quá, nghe giống như slogan của dân ăn ốc "prồ"! Thế thì chúng ta cũng có thể bắt chước một câu danh ngôn của người Pháp để nói như thế này lắm chứ: Nếu bạn cho tôi biết bạn đang buồn, đang vui hay đang không vui không buồn, tôi sẽ nói bạn sắp đi đâu và sắp ăn món gì! Ờ nhỉ, tại sao không?

3-8-2014

mẹ ơi, nhớ mua ốc ruốc!

1 Bữa trước ngẫu hứng bàn về thú ăn ốc. Nhưng đó là thú ăn ốc của người Sài Gòn.

Một người xuất thân từ tỉnh lẻ miền Trung như tôi, thú ăn ốc dĩ nhiên có điểm khác biệt. Loại ốc mà tôi mê nhất không có trong thực đơn ở các quán ốc Sài Gòn.

Đó là ốc ruốc. Có nơi gọi là ốc lể hay ốc gạo (khác với con ốc gạo miền Nam).

Ốc ruốc không có ở Sài Gòn vì loại ốc này sinh sống chủ yếu ở vùng biển miền Trung. Ngay ở miền Trung, không phải mùa nào cũng có ốc ruốc. Ngoài chợ chỉ bán ốc ruốc khoảng từ sau Tết đến đầu hè (có năm kéo dài hơn) - đó là thời điểm ốc ruốc lũ lượt rủ nhau xuất hiện.

Ốc ruốc là loại ốc nhỏ nhất mà tôi từng thấy. Ốc ruốc nhỏ bằng hạt nút áo, vô số màu sắc khác nhau được trang trí bởi đủ loại đường vân. Nhìn vô thúng ốc ruốc chẳng khác nào đang ngắm một tấm thảm màu được khảm bởi hằng hà những hạt tròn sặc sỡ, óng ánh. Chiếc cọ kỳ diệu của thiên nhiên đã vẽ lên vỏ ốc những nét tuyệt đẹp - mỗi vỏ ốc là một hình trang trí hoàn chỉnh - để tạo nên một thế giới hội họa trong... thúng ốc.

2 Ốc ruốc nhỏ nên thịt ốc có chút xíu, cỡ bằng nửa que tăm, "nhét không đủ dính kẽ răng". So với ốc bươu, ốc ruốc giống như hạt mè đặt cạnh hạt mít. Nhưng chính điều này làm nên cái thú lễ ốc ruốc.

Ốc ruốc sau khi ngâm nước một đêm cho "nhả" cát, xong trụng nước sôi cho chín, trộn thêm gia vị gồm muối, sả, lá chanh, dầu, ớt bột... lập tức trở thành một món ăn vừa cay cay vừa beo béo vừa mần mặn, hương vị đậm đà thơm ngon khó tả.

Lể ốc ruốc đúng điệu phải lể bằng gai chanh, gai quýt hay gai bưởi (có người lể bằng gai bồ kết nhưng tôi cho rằng gai bồ kết không có được mùi thơm như các loại gai kia). Không có gai có thể dùng kim gút. Hồi nhỏ tôi thấy bà tôi mỗi khi không tìm được gai thường tháo cây kim băng cài ngang miệng túi để lể ốc.

Ở chợ quê tôi, người ta bán ốc bằng lon. Tôi nhớ hồi tôi còn nhỏ, tới mùa ốc ruốc là mẹ tôi xuống chợ Đo Đo mua vài ba lon ốc về, cả nhà ngồi quanh rổ ốc lể cả buổi trời mới hết.

Ăn ốc ruốc, vì vậy không quen rất dễ bị... xì-trét. Vì thịt ốc bỏ vào miệng, chưa kịp nhai (mà đâu có nhai cái mẩu bé tẹo đó được), chỉ nhấp môi một cái đã trôi tuột xuống cổ họng. Vậy mà cái nhấm nháp ngắn ngủi đó đã để lại thứ dư vị mê hoặc nơi đầu lưỡi, gây cảm giác thòm thèm khiến người ăn vội lể con ốc thứ hai, thứ ba. Để rồi lại tức tối, thèm thuồng, nhanh tay cầm lên con ốc thứ tư, thứ năm... Có người lể ốc "chuyên nghiệp" đến mức bàn tay đi qua đi lại giữa rổ ốc và cái miệng nhanh như sao xẹt.

Ăn ốc ruốc, giống như một cách để rèn nghị lực, luyện tính kiên nhẫn. Người không kiên nhẫn không nên ăn ốc ruốc. Vừa không kiên nhẫn vừa mắc chứng cao huyết áp càng không nên ăn.

Nhưng đã ăn rồi là mê, là ghiền, cái thứ ốc lạ lùng đó! Ốc ruốc còn lạ lùng ở chỗ ăn kiểu thiêu thiếu như vậy mới ngon. Có người nuốt nước bọt kiên trì lể một loạt mấy chục con ốc, xong đặt tất cả lên miếng bánh tráng cắn một phát cho đã thèm. Làm như vậy vài lần, "đã" đâu không thấy, chỉ thấy sốt ruột, còn xì-trét hơn, thế là đành quay trở lại cách ăn "truyền thống": lể được con nào bỏ vào miệng con nấy. Để cho hương vị mặn mà kia không đứt đoạn quá lâu trên đầu lưỡi.

3 Nhiều người Sài Gòn không biết ốc ruốc là ốc gì. Kể cả dân ăn ốc "prồ" cũng có người từ bé đến lớn chưa từng thấy qua con ốc ruốc, dù tới mùa ốc ruốc chợ Bà Hoa ở Tân Bình vẫn bày bán thứ ốc này. Bởi vì đây là thứ ốc không ai bán ngoài quán: quán bị choán chỗ mà tiền bạc thu về chẳng bao nhiêu. Cũng không ai vô quán mua vài lon ốc ruốc ngồi lể từ trưa đến tối, dù thực khách đó con ông Nguyễn Văn Rảnh hay cháu bà Phạm Thị Ngồi Không.

Ốc ruốc là thứ ốc người bán bán ngoài chợ, người mua mua về nhà. Mua về, bày rổ ốc ra giường hoặc bày dưới nền nhà (ít ai ăn ốc ruốc trên bàn) rồi ngồi xếp bằng (đôi khi... ngồi chàng hảng) vừa lể ốc vừa râm ran chuyện gẫu thì mới thật là sướng khoái. Ngoài trời lúc đó có thêm màn mưa bụi lắc rắc khiến không khí lành lạnh nữa thì tuyệt vời.

Bọn trẻ con chúng tôi không chỉ ghiền ăn ốc ruốc mà còn mê tơi trò lượm vỏ ốc ruốc xâu thành chuỗi để đeo cổ, đeo tay. Đó là đồ chơi thú vị của trẻ con, người lớn không màng. Người lớn chỉ thích nhặt vỏ nghêu đặt úp hàng hàng lớp lớp quanh ảng nước hoặc lối vào chái bếp để có chỗ khô ráo đặt chân.

Có cảm giác mọi đứa trẻ miền Trung đều lớn lên cùng trái sim, trái thị, bánh ú, bánh ít, khoai dẻo, khoai chà và... ốc ruốc, những món quà quê gắn liền với tuổi thơ ao chuôm đồng bãi. Thỉnh thoảng ngoài chợ có bán ốc bươu, mẹ tôi mua về luộc lên ăn với nước mắm gừng. Thú thật, ngon thì có ngon nhưng chẳng thấy đậm đà, miệng tôi ăn ốc bươu nhưng bụng cứ tương tư ốc ruốc.

Ốc ruốc ám ảnh đến mức bây giờ, mỗi khi gió giêng hai đã dịu, trời vào tiết lập xuân, tôi lại bắt gặp mình bâng khuâng nhớ đến mùa cào ốc ở quê tôi. Lúc đó, tôi bất chợt mong mình bé lại để khi thấy mẹ xách giỏ đi chợ, được lon ton chạy lại níu tay, nằn nì: "Mẹ ơi, nhớ mua ốc ruốc"...

10-8-2014

những người bà con xa

1 Hầu như mọi đứa trẻ đều có vài ba người bà con xa.

Trẻ con xứ Quảng, nhất là trẻ con thôn quê, bà con xa càng lắm. Đất đai eo hẹp, thời tiết khắc nghiệt, nhiều người chấp nhận rời lũy tre làng tha phương lập nghiệp. Gần tự nhiên mà thành xa!

Hồi còn nhỏ, khi ngước cổ xem những tấm ảnh

ố vàng đóng khung treo trên vách, tôi thường níu tay mẹ tôi: "Người đứng kế ông ngoại là ai hả mẹ?". Mẹ tôi đáp bằng giọng mơ màng: "Dì Sáu đó con. Dì theo dượng 'đi đồn điền' ở Ban Mê Thuột hồi mới lấy chồng. Bây giờ gia đình dì ở Sài Gòn". Tôi tò mò hỏi tiếp: "Thế người đứng kế dì Sáu?". "Đó là cậu Bốn. Cậu Bốn vô trong Nam từ hồi con chưa đẻ, giờ cậu đang ở Sa Đéc".

Xem hình bên nội, tôi lại thắc mắc với ba tôi: "Người ngồi cạnh ba là ai vậy ba?". "Chú Năm mi đó. Chú Năm đang làm y sĩ ở Huế".

Những người bà con phương xa đó, có người tôi còn nhớ mang máng, tức là trước đây, hồi hai, ba tuổi, có lẽ tôi đã từng nhìn thấy họ. Cũng có những người tôi chưa từng gặp qua bao giờ. Có thể lúc gặp họ (biết đâu có người từng ẵm tôi trên tay hay đưa nôi ru tôi ngủ), tôi còn quá nhỏ để ghi khắc mọi thứ vào trong ký ức. Cũng có thể khi họ khăn gói rời làng tôi vẫn còn nằm trong bụng mẹ. Vì vậy, cho đến khi gặp lại những người bà con xa đó, tôi chỉ biết tôi có một cậu Bốn, một dì Sáu, một chú Năm, đơn giản như tôi biết trên đời này có một thành phố tên là Paris.

2 Khi tôi lớn hơn chút nữa, những người bà con xa đó về thăm quê. Ba mẹ tôi kêu tôi ra chào.

Tôi khoanh tay lí nhí "chào chú", "chào dì" hay "chào cậu" tùy theo cách giới thiệu của ba mẹ và ngượng ngập khi họ vui vẻ vuốt tóc tôi: "Ôi, thằng này mau lớn ghê! Hồi tôi đi, nó chỉ bằng hạt bắp". Tôi biết tôi chưa bao giờ bé bằng hạt bắp, ngay cả khi tôi vừa lọt lòng, nhưng họ cứ nói thế và ba mẹ tôi không ai phản đối, chỉ tủm tỉm cười. Có người hỏi: "Học lớp mấy rồi con?". Có người tinh nghịch trêu: "Thằng ni lớn tồng ngồng, chắc có vợ rồi hả?".

Bà con xa về quê thường không ở lâu. Họ ở chơi vài ngày, chủ yếu trò chuyện với người lớn, kể chuyện nay và ôn chuyện xưa. Lúc họ cười, tôi thấy nước mắt họ ứa ra, điều đó khiến tôi ngạc nhiên vô kể. Bọn con nít chúng tôi sau màn chào hỏi, tiếp tục chạy ra sân chơi đánh bi, chơi nhảy lò cò, hồn nhiên vô tư lự.

Tất nhiên cũng không vô tư hẳn: từ lúc đó chúng tôi chỉ chơi bằng một con mắt. Con mắt kia chốc chốc liếc trộm vào nhà, chờ ba mẹ kêu vô nhận quà.

Những người bà con xa về thăm quê bao giờ cũng mang theo quà. Thông thường là thức ăn - những đặc sản nơi họ sinh sống.

Cậu Bốn lần nào về cũng đem theo bánh phồng tôm.

Chú Năm về dĩ nhiên trong túi xách không thể thiếu kẹo mè xửng.

Dì Sáu thì chở theo xe đò cả giỏ măng cụt, chôm chôm, sầu riêng.

Những thứ quà đó, bọn trẻ chúng tôi lần đầu tiên được ăn chính là từ những người bà con tha hương. Và như lẽ tự nhiên, món nào đối với chúng tôi cũng ngon, cũng lạ lẫm, được tôi tấm tắc liệt vào hạng "ngon nhất trên đời".

3 Từ những lần gặp gỡ đó tôi luôn mong ngóng những người bà con xa. Tôi chưa đủ lớn để cảm nhận được hết tình cảm thân thích ruột rà, nhất là với những người bà con vài năm mới gặp một lần, nhưng những món quà xứ lạ vẫn khiến tôi nhớ mãi hương vị kỳ diệu của chúng và giúp trí óc non nớt của tôi biết rằng tôi đang có một người cậu sống ở nơi đó, một người dì sống ở nơi kia, một người chú sống ở nơi nọ. Và tôi sung sướng biết mình có rất nhiều bà con, dù họ không sống ở gần tôi như những người khác.

Một cách tự nhiên, nhờ những người bà con xa và những món quà họ mang về, tôi biết mè xửng là thứ kẹo đặc biệt của xứ Huế, bánh phồng tôm là thứ bánh nổi tiếng của Sa Đéc, và ở miền Nam có những thứ trái cây vô cùng tuyệt diệu tên là sầu riêng, măng cụt, chôm chôm.

Sau này, nhờ một người dì lấy chồng ở Quảng Ngãi, tôi biết thêm kẹo gương, đường phổi, mạch nha. Tôi cũng có dịp biết đến món kẹo dừa độc đáo khi tới lượt dượng út tôi bỏ xứ vào Bến Tre chặt mía, trồng dừa và nuôi tôm...

4 Biết thế thôi, chẳng để làm gì. Những thức ăn ngon, dù chỉ ăn qua một lần, bao giờ cũng khắc sâu trong tâm khảm những đứa trẻ quê nghèo. Nào ngờ tới một ngày thầy giáo khen tôi học giỏi môn địa lý khiến tôi sướng rêm người. Đó là hôm thầy hỏi về các sản vật nổi tiếng của từng vùng miền, tôi bất ngờ trở thành một trong hai đứa có thể kể khá rành mạch những món ngon của mỗi địa phương, dù những nơi đó tôi chưa một lần đặt chân tới.

Trong lớp chỉ có con Lan lùn kể được nhiều hơn tôi. Không phải con Lan lùn giỏi giang gì, chẳng qua do nó... có nhiều bà con xa hơn tôi. Nhưng cũng vì thành tích này của tôi và nó mà tụi bạn trong lớp cao hứng "cáp đôi" hai đứa tôi với nhau. Gặp hai đứa tôi ở bất cứ đâu là tụi nó ngoác miệng đồng thanh: *"Bà già lấy le ông già/*

Chiều chiều dắt ra bờ sông..." khiến một thời gian dài tôi và con Lan lùn không dám nhìn mặt nhau, cả khi ngồi trong lớp lẫn trên đường về.

Bây giờ, khi tôi nhớ lại chuyện này và bâng khuâng bày chúng ra trên giấy, con Lan lùn ngây thơ bé bỏng ngày xưa chắc đã lên chức bà ngoại, còn tôi từ lâu đã trở thành... một người bà con xa của mấy đứa cháu tôi ở Đo Đo, Trà Long, Quán Gò, Cẩm Lũ...

16-8-2014

cảm ơn ông Kẹ

1 Trẻ con bây giờ, hỏi chúng sợ gì nhất, chắc chúng sẽ ấp úng. Vì trẻ con bây giờ ít bị người lớn đe nẹt, hù dọa.

Còn tôi, lúc ba, bốn tuổi, thứ tôi sợ nhất trên đời là... ông Kẹ. Cho đến sáu, bảy tuổi, nghe nhắc đến ông Kẹ bụng tôi vẫn thon thót.

Tôi không biết ông Kẹ là ông gì, cũng chưa trông thấy bao giờ, nhưng theo như những gì người lớn gieo vào đầu tôi thì ông Kẹ là một nhân vật rất hung dữ, đặc biệt là thích ăn thịt trẻ con.

Nhiều đứa bé nghe người lớn đem ông Kẹ ra dọa là sợ xanh mặt: đứa đang khóc nín bặt, đứa đang cười lập tức òa ra khóc.

2 Hồi còn nhỏ, trong nhà tôi chỉ sợ ba tôi. Vì ba tôi dạy con rất nghiêm. Ngược lại, tôi không sợ mẹ. Vì người mẹ thường cưng chiều con cái. Mẹ chỉ rầy la, ít khi mó tay vào roi vọt.

Ba tôi đi làm xa, chỉ về nhà mỗi cuối tuần. Mỗi lần về, một trong những "công việc" của ông là ngồi nghe mẹ tôi kể tội lũ con ở nhà. Suốt sáu ngày trong tuần tôi tha hồ chạy nhảy rong chơi, lòng vui phơi phới, nhìn đâu cũng thấy đời toàn một màu hồng. Chỉ đến chiều thứ bảy là lòng tôi bắt đầu thấp thỏm lo âu. Nghe tiếng xe Goebel của ba tôi nổ bình bịch ở đầu làng là tim tôi thắt lại. Tôi biết thế nào lát nữa tôi cũng sẽ bị đòn khi mẹ tôi bắt đầu kể tội tôi. Tôi lại là đứa bé nghịch ngợm, tội lỗi đầy mình: đánh nhau, vầy cát, trèo cây, mải chơi không chịu học bài làm bài... không có tội nào mà tôi không dính vào.

Những lúc "thập tử nhất sinh" đó, hoặc là tôi chạy qua nhà bà tôi, nhờ bà tôi che chở, hoặc là tôi van nài mẹ tôi, bằng cách nước mắt ngắn dài thề thốt đủ thứ trên đời. Tôi hứa với mẹ tuần sau tôi sẽ ngoan, sẽ chăm chỉ học bài, mẹ bảo gì tôi cũng vâng lời. Tất nhiên là đến sáng thứ hai là tôi quên béng những lời hứa hẹn của mình để rồi đến chiều thứ bảy tuần sau tôi lại lặp lại cả lời nói lẫn vẻ mặt sầu thảm của mình để mong mẹ tôi động lòng.

3 Cũng như mọi bậc từ mẫu trên đời, mẹ tôi rất dễ động lòng và tôi thường tìm những cách ranh mãnh nhất để đánh vào lòng trắc ẩn của bà. Do vậy, trong đa số các trường hợp, mẹ tôi thường đồng lõa với tôi trong việc giấu giếm tội trạng của con cái, hoặc nếu không thể không kể ra (vì ba tôi không bao giờ tin một đứa tinh nghịch như tôi lại không mắc phải một lỗi lầm nào trong suốt một tuần lễ) thì bà cố tình giảm nhẹ bằng cách chỉ kể những lỗi lầm nhỏ nhặt của tôi, chẳng hạn như quên rửa tay trước khi ăn hoặc quên rửa chân trước khi đi ngủ. Còn những tội trạng tày đình như đánh nhau bươu đầu sứt trán hay lén theo lũ bạn hoang đàng chui vào tháp chuông nhà thờ giật chuông inh ỏi thì mẹ tôi giấu biến.

Hài tội tôi với ba tôi thì mẹ tôi sợ tôi bị phạt, nhưng im đi thì mẹ tôi lại sợ tôi hư hỏng. Có lẽ đó là lý do mẹ tôi buộc phải nhờ tới... ông Kẹ.

"Trẻ con suốt ngày dang nắng không chịu vô nhà ngồi học bài ông Kẹ sẽ bắt đó con", "đứa nào biếng ăn thì tối ngủ sẽ bị ông Kẹ kéo chân", "xưa nay ông Kẹ hay chui vào nhà lúc nửa đêm để bắt những đứa con nít lười tắm" - những lời hù dọa như vậy lúc nhỏ tôi nghe không biết bao nhiêu lần và lần nào cũng khiến tôi lo sợ. Bởi tôi là chúa biếng ăn, chúa lười tắm, còn chạy nhảy ngoài trời là niềm vui sống của bất cứ đứa con trai nào ở tuổi tôi. Đôi khi mẹ tôi còn đi xa hơn: "Ông Kẹ rất thích ăn thịt những đứa con nít ưa đánh lộn". "Sao vậy, mẹ?", tôi nơm nớp hỏi. "Tại vì những đứa ưa đánh lộn thịt ngon hơn những đứa khác". Lời giải thích của mẹ tôi rất mơ hồ nhưng tôi không hề thắc mắc. Cũng như tôi không thắc mắc vậy thì tại sao ông Kẹ lại bắt những đứa trẻ lười tắm, vì những đứa ở dơ chắc chắn là thịt tụi nó hôi rình, chẳng ngon lành gì.

Nhưng hồi đó tôi còn quá nhỏ để phân biệt thực hư. Khi nghe mẹ tôi nói như vậy, tối leo lên giường tôi trùm mền kín đầu kín chân, nằm nín thở lắng nghe từng tiếng động chung quanh, hồi hộp chờ xem ông Kẹ có mò vào chỗ nằm của tôi vì cái tội hồi chiều tôi đánh nhau với nhỏ bạn hàng xóm để giành giật nắp keng với nó hay không. Nửa đêm mắc tiểu tôi không dám bước chân ra ngoài hè, phải đập mẹ tôi dậy nhờ mẹ dắt đi. Gần như đêm nào cũng vậy.

4 Vì ông Kẹ vô hình đó, nỗi lo sợ đã nhiều lần đặt móng vuốt lên trái tim tôi trong những tháng năm nhỏ dại.

Đến khi tôi đủ lớn để biết rằng ông Kẹ chỉ là sản phẩm của trí tưởng tượng, tôi đâm ra oán trách mẹ tôi. Mẹ tôi nỡ nào lôi ông Kẹ rùng rợn đó ra để tôi và những đứa em tôi phải nơm nớp sợ hãi suốt một thời thơ ấu dài lâu. (Sau này, lấy vợ sinh con, tôi nhớ tôi chưa bao giờ đánh con và vợ tôi chưa bao giờ đem ông Kẹ hoặc những hình ảnh tương tự ra để dọa con như mẹ tôi từng dọa các anh em tôi).

Gần đây về quê dự đám giỗ, tình cờ nghe cô cháu gái hù đứa con ba tuổi lười ăn: "Ăn lẹ đi. Con không ăn là ông Kẹ bắt đó", tự nhiên tôi phì cười nhớ lại chuyện cũ và lẩn thẩn nghĩ: Mẹ tôi, và những người mẹ thôn quê khác có lẽ nhiễm thói quen của xã hội nông thôn thời trước, thời các thế lực thần quyền vẫn còn ám ảnh và ngự trị trong tâm thức người Việt, và chuyện người lớn đem những thứ đáng sợ ra để hăm dọa, răn đe con nít cũng bình thường như người ta vẫn thích dọa ma những kẻ yếu bóng vía.

Nhưng rồi nghĩ tới cách dạy con của những người cha nghiêm khắc ở quê tôi, tôi có cảm giác ý nghĩa của "câu chuyện ông Kẹ" có một kích thước rộng lớn hơn. Ở đây tình mẫu tử có dính líu vào: Thoạt đầu chỉ là dọa dẫm để đứa con chịu ăn, chịu tắm, chịu ngủ, nhưng khi đứa con đủ lớn để ăn đòn, người mẹ lại nhờ cậy tới ông Kẹ để con cái biết sợ mà không làm những chuyện lỗi lầm để rồi sau đó bị trừng phạt bằng những buổi quỳ gối úp mặt vô tường dài lê thê hay những lần roi dọc ngang trên mông đít.

Thời bây giờ, nhất là ở thành phố, ít ai dạy con bằng roi vọt. Ờ, nếu bạn không thường xuyên đánh con, vợ bạn cậy nhờ tới ông Kẹ làm chi.

Vậy, phải chăng cái hình ảnh có bề ngoài hung dữ kia lại kín đáo chứa bên trong nó tấm lòng dịu hiền bao la mà người mẹ âm thầm ký thác? Nếu đúng vậy thì tôi (và những đứa em tôi, cả những đứa bạn thời thơ ấu của tôi) phải... cảm ơn ông Kẹ!

30-8-2014

nhớ vườn

1 Từ lâu, tôi luôn ước ao có một mảnh vườn.

Ở thôn quê, hầu như nhà nào cũng có một mảnh vườn chung quanh nhà.

Tùy theo sở thích của chủ nhà, vườn trồng hoa, trồng rau hoặc trồng các loại cây ăn trái. Vườn có diện tích lớn còn trồng cả mía, khoai lang, đậu phộng, thậm chí có cả ao thả cá.

Rào quanh vườn thường là bờ giậu mồng tơi, duối dại hay dâm bụt được cắt tỉa gọn gàng. Những khu vườn lớn thì bao quanh bằng lũy tre xanh, có chách hoạch, chào mào về làm tổ trên ngọn tre, hót líu lo từ tinh sương đến chạng vạng. Phía trong rặng tre chủ nhà thường đào một cái mương dài để rễ tre không ăn sâu vào bên trong làm nứt sân gạch hoặc nền nhà.

Có thể nói tuổi thơ tôi lớn lên trong những khu vườn. Những buổi trưa trốn ngủ đi hái cỏ gà, đi rình bắt ve sầu hay trèo lên nhánh ổi ngồi đong đưa chân với một cuốn sách lận lưng và một bịch đậu phộng rang nhét trong túi áo là những kỷ niệm không thể nào quên.

2 Tuổi thơ nắng gió ấy, bây giờ đã xa xăm lắm. Mấy mươi năm nay, tôi sống ở thành phố, lại là thành phố lớn. Những người từ quê lên thành phố bao giờ cũng có cảm giác nhớ nhung. Họ nhớ đủ thứ, trong đó có vườn.

Nhưng để sở hữu một mảnh vườn ở Sài Gòn là điều quá khó. Bạn phải có tiền, có thật nhiều tiền.

Thế giới sáng tạo của một nhà văn luôn có đủ chỗ cho tất cả. Nhưng khi bước ra khỏi cánh rừng văn chương, cuộc đời của nhà văn đôi khi thiếu một góc vườn.

Thấy tôi luôn đau đáu với vườn, lúc nào cũng nhắc tới vườn, còn mơ mộng: "Có một mảnh vườn, anh sẽ gieo hạt, sẽ bắt sâu tỉa lá, chiều chiều ra vườn cuốc đất, tưới cây", vợ tôi thở dài: "Anh đừng có mơ. Muốn có vườn tược chỉ có cách về thôn quê mua đất cất nhà thôi". Vợ tôi nói đúng quá. Tôi ở Sài Gòn mấy mươi năm nay toàn ở chung cư, tức là sống trên trời, kiếm miếng đất để xe còn không có, lấy đâu ra đất trồng cây. Thôn quê nhà cửa đất đai rẻ hơn thành phố, mua miếng đất chừng vài trăm mét vuông để vừa cất nhà vừa làm vườn là chuyện trong tầm tay. Nhưng tôi sống bằng nghề viết văn làm báo, phải thường xuyên lui tới tòa soạn và các nhà xuất bản, ý tưởng về quê sinh sống khó bề thực hiện.

3 Tính hoài không ra, tôi đành mua mấy chậu hoa đặt lên mái tôn của căn nhà tầng trệt, ngay bên dưới nhà tôi - tất nhiên canh chỗ đòn ngang mà đặt. Rón rén trồng hoa được mấy bữa, chủ nhà bên dưới phát hiện, la rần trời: "Không được!

Không được! Ông đặt chậu hoa ở chỗ đó, bữa nào nó sập xuống chắc tụi tôi móp xọp cái đầu!".

Cái khó ló cái khôn, tôi kêu thợ tới làm một mái tôn song song ngay phía trên mái che của căn hộ tầng trệt, kê thật nhiều đòn ngang, đòn nào đòn nấy to bằng bắp đùi, voi đi cũng không sợ sập.

Kể từ hôm đó, tôi lôi về đủ thứ cây cỏ, thoạt đầu là các chậu hoa nho nhỏ, sau không thấy chủ nhà phía dưới nói gì, tôi bắt đầu đem về cây chanh, cây ổi, có cả một cây tre - cốt cho giống khu vườn tuổi thơ tôi. Thật không có gì hạnh phúc cho bằng đang ngồi làm việc, ngừng tay nhìn qua cửa sổ, thấy lá reo vi vu trong gió, hoa rung rinh đầu cành rủ rê dăm cánh bướm về chập chờn bay lượn.

Chính khu vườn đó tạo cảm hứng cho tôi viết nên tập truyện *Khu vườn trên mái nhà* trong bộ *Kính vạn hoa*. Nhà văn Lê Phương Liên, người biên tập bộ truyện này, đến nhà tôi chơi trông thấy khu vườn đặc biệt này, tròn mắt ngạc nhiên: "Tôi tưởng Ánh bịa ra khu vườn trong truyện, hóa ra nó có thật". Khu vườn đó sau này cũng có dịp đi vào tác phẩm *Tôi là Bêtô* của tôi: "*Khu vườn nhỏ xíu, dựng lên từ các chậu cây đặt trên mái tôn lửng bên ngoài lan can dọc hành lang dẫn xuống bếp*".

Khu vườn không những nhỏ xíu mà đời sống

của nó cũng thật ngắn ngủi. Tới một ngày, bà chủ nhà tầng trệt bấm chuông cửa nhà tôi, lý do "Vào xem ông làm cái gì trên này mà thỉnh thoảng nhỏ nước xuống nhà tôi". Tôi run thầm trong bụng, đoán đó là những giọt nước văng ra lúc tôi tưới cây. Đúng như tôi lo lắng, vừa nhìn thấy cây chanh, cây ổi, cây tre, người hàng xóm thét lên như thể phát hiện tôi đang nuôi một con khủng long trong nhà "Chết! Chết! Thế này thì chết!". Mặc cho tôi khoe các đòn ngang to chắc, những sợi thừng buộc các thân cây vào lan can để phòng khi mưa gió, hàng xóm tôi vẫn lắc đầu quầy quậy "Không được! Ông không dỡ khu vườn này tôi sẽ báo công an".

Thế là tôi đành từ biệt khu vườn, không phải tôi sợ hàng xóm đi báo công an nhưng tôi không muốn làm những gì khiến người sống chung quanh mình lo lắng, khó chịu. Cũng may, trước khi giã biệt cõi đời khu vườn trên mái nhà của tôi đã kịp thổi hồn vào những trang sách. Để những khi nhớ nó, tôi có thể giở sách ra rưng rưng đọc lại.

4 Gần đây, tôi chuyển sang chỗ ở mới, vẫn không có đất làm vườn nhưng may sao có được khoảnh sân thượng. Lập tức tôi nghĩ đến chuyện

trồng cây - dĩ nhiên chỉ có thể xoay xở trồng trong chậu. Thoạt đầu là các loại hoa và các loại rau. Rồi lại tiếp tục chanh, ổi, lần này có thêm cây khế và cây sứ trắng. Tôi nhờ người quen ngoài quê chở vào mấy cây sim và cây mua. Những cây mua lớn nhanh như thổi, lúc nào cũng nở đầy hoa tím trong khi những cây sim chỉ mới ra vài đợt lá non. Rồi tôi ra chợ, lựa mua mấy trái su su già đem về vùi trong đất, ngày nào cũng chạy ra thăm. Tôi chạy ra chạy vô chừng một tuần đã thấy trái su su nứt mầm, thế là tôi hớn hở kiếm mấy cây tre về làm giàn và cắm cọc cho nó leo. Thú vui của tôi bây giờ là sáng dậy chạy ra vườn tưới cây, tỉa lá, và xem ngọn su su đã leo được mấy... centimet.

Nhưng vườn không chỉ nảy mầm, ra lá và trổ hoa. Vườn còn làm một việc xứng đáng với nó hơn: rủ ong bướm tới và gọi chim sẻ bay về. Có lần một chú chim sẻ non bay vào phòng làm việc của tôi. Chú rớt dưới chân tường, cố bay lên mấy lần nhưng lần nào chú cũng rơi xuống vì va phải bức vách thẳng đứng. Tôi chạy lại tóm lấy chú, nghe hơi ấm của chú trong lòng tay và sung sướng thấy mình đang quay về tuổi lên mười. Sau khi đem khoe cả nhà, tôi nhón chân đặt chú lên cành khế để được ngắm chú vui mừng vỗ cánh bay đi.

Vào một ngày khác, tôi vô cùng xúc động khi

bắt gặp hai con chuồn chuồn về đậu trên nhánh
ớt. Thân màu xanh lá với các khoanh màu đen
nơi đuôi, đôi chuồn chuồn đồng nội - loại chuồn
chuồn ớt thân thiết với tuổi thơ tôi, chẳng biết
tụi nó sống ở đâu trong thành phố bao la này mà
bay tới tận đây làm bạn với tôi khiến tôi đứng
ngẩn ngơ hàng giờ trong rẻo vườn nhỏ của mình.

Có thể nói từ ngày có vườn, tôi như gặp lại
những tháng năm đẹp nhất đời mình. Cùng với lũ
chim sẻ lích chích, lũ ong bướm dập dìu, những
con chuồn chuồn ớt đã cõng trên đôi cánh mỏng
manh cả tuổi thơ nghịch ngợm và ngây ngô, lem
luốc và hoa mộng của tôi rồi rủ nhau đậu xuống
hồn tôi vào một ngày nắng đẹp.

Rẻo vườn ấy, nhỏ thôi, nhưng đã trục vớt giùm
tôi bao nhiêu là kỷ niệm tưởng đã chìm lấp dưới
đáy thời gian.

Bỗng chốc tôi trở thành một người giàu có.

23-8-2014

MỤC LỤC

THƯƠNG NHỚ TRÀ LONG

Nguyễn Nhật Ánh

Chịu trách nhiệm xuất bản:
Giám đốc - Tổng biên tập NGUYỄN MINH NHỰT
Biên tập và sửa bản in: LÊ HOÀNG ANH
Trình bày bìa: BÙI NAM
Tranh bìa & minh họa: ĐỖ HOÀNG TƯỜNG
Kĩ thuật vi tính: TRỊNH THỊ THANH HÀ

NHÀ XUẤT BẢN TRẺ
Địa chỉ: 161B Lý Chính Thắng, Phường 7,
Quận 3, Thành phố Hồ Chí Minh
Điện thoại: (08) 39316289 - 39316211 - 39317849 - 38465596
Fax: (08) 38437450
E-mail: hopthubandoc@nxbtre.com.vn
Website: www.nxbtre.com.vn

CHI NHÁNH NHÀ XUẤT BẢN TRẺ TẠI HÀ NỘI
Địa chỉ: Số 21, dãy A11, khu Đầm Trấu, Phường Bạch Đằng,
Quận Hai Bà Trưng, Thành phố Hà Nội
Điện thoại: (04) 37734544
Fax: (04) 35123395
E-mail: chinhanh@nxbtre.com.vn

CÔNG TY TNHH SÁCH ĐIỆN TỬ TRẺ (YBOOK)
161B Lý Chính Thắng, P.7, Q.3, Tp. HCM
ĐT: 08 35261001 – Fax: 08 38437450
Email: info@ybook.vn
Website: www.ybook.vn

Khổ 13 x 20 cm. Số: 1696-2014/CXB/4-165/Tre.
Quyết định xuất bản số: 855A/QĐ-Tre, ngày 11 tháng 09 năm 2014.
In 2.100 cuốn, tại CÔNG TY CỔ PHẦN IN KHUYẾN HỌC PHÍA NAM.
Địa chỉ: 9-11 CN1, KCN Tân Bình, P.Sơn Kỳ, Q.Tân Phú, Tp.HCM
In xong và nộp lưu chiểu Quý IV năm 2014.